ANG ALMUSAL OATMEAL MGA MANGKOK AKLAT NG RESIPE

100 Nakatutuwang Mga Recipe ng Oatmeal para sa Almusal, Tanghalian, at Hapunan, na may Mga Tip at Teknik para Mapataas ang Iyong Larong Oatmeal at Sulitin ang Sangkap Ng Sobrang pagkain na Ito para sa Mas Malusog na Pamumuhay. Perpekto para sa Vegan, walang Gluten, sa diyeta na walang pagawaan ng gatas

Alejandro Lozano

Copyright Material ©202 4

Lahat ng Karapatan ay Nakalaan

Walang bahagi ng aklat na ito ang maaaring gamitin o ipadala sa anumang anyo o sa anumang paraan nang walang wastong nakasulat na pahintulot ng publisher at may-ari ng copyright, maliban sa mga maikling sipi na ginamit sa isang pagsusuri . Ang aklat na ito ay hindi dapat ituring na kapalit ng medikal, legal, o iba pang propesyonal na payo.

TALAAN NG MGA NILALAMAN

TALAAN NG NILALAMAN 3

PANIMULA 7

OATMEAL BREAKFAST 8

   1. Saffron Oatmeal 9

   2. Pumpkin Spice Oatmeal 11

   3. Cinnamon ice cream Oatmeal 13

   4. Cinnamon Granola Oatmeal 15

   5. Malasang Masala Oatmeal 17

   6. Mexican Oatmeal Bowl 20

   7. Orange Marmalade Oatmeal 22

   8. Pomegranate Oatmeal 24

   9. Goji Berries Sprouted Oatmeal 26

   10. Pineapple coconut oatmeal 28

   11. Microwave Pineapple at Berry Oatmeal 30

   12. Cold Oats with Unsweetened coconut yogurt 32

   13. Strawberry Creamy Oatmeal 34

   14. Apple Raisin Compote na may Oatmeal 36

   15. Apple Oatmeal 39

   16. Cran-Apple Oatmeal 41

   17. Apple Pie Oatmeal 43

   18. Blueberry Vanilla Overnight Oats 45

   19. Apricot Oat Breakfast 47

   20. Fruit and Honey Granola 49

   21. Strawberry Coconut Chia Pudding 51

   22. Mabagal na Lutong Oats na May Nakakain na Bulaklak 53

   23. Orange Flower, Pistachio, at Date Oatmeal 55

   24. Butterfly Pea Flowers Overnight Oats 57

   25. Jasmine Oatmeal Granola 59

26. Lavender Cherry Overnight Oats 62

27. Marshmallow Fluffernutter Oatmeal 64

28. Peanut Butter Nutella Oatmeal 66

29. Peanut Butter Oatmeal 68

30. Almond Butter Banana Oats 70

31. Maple Pecan Granola 72

32. Flax at Chia Seed Oatmeal 74

33. Maple Hempseed Oatmeal 76

34. Oatmeal, Psyllium At Chia Pudding 78

35. Sunflower Banana Oatmeal 80

36. Pumpkin Seed Overnight Oats 82

37. Lemon Poppyseed Oatmeal 84

38. Sesame Oatmeal na may Dates 86

39. Red velvet oatmeal 88

40. Cocoa Oatmeal 90

41. Cherry at Dark Chocolate Oatmeal 92

42. Macadamia at White Chocolate Oatmeal 94

43. Oreo at Cream Oatmeal 96

44. Peanut Butter Oreo Granola 98

45. Nori Oatmeal 100

46. Malasang Miso Oatmeal 102

47. Dried Seaweed at Egg Oatmeal 104

48. Macrobiotic Oatmeal 106

49. Pumpkin and Seaweed Oatmeal 108

50. Pistachios Oatmeal 110

51. Maple Pecan Oatmeal 112

52. Brazilian Nut Overnight Oats 114

53. Hazelnut Oatmeal 116

54. Banana Macadamia Nut Overnight Oats 118

55. Date at Pine Nut Overnight Oatmeal 120

56. Pumpkin Pecan Oatmeal 122

OATMEAL SNACK AT DESSERT 124

57. Veggie Oatmeal Burgers 125

58. Apple Oatmeal Spice Cookies 127

59. Lemon Blueberry Oatmeal Muffins 129

60. Apricot Oatmeal Muffins 131

61. Oatmeal Salmon Loaf 133

62. Oatmeal Brownies 135

63. Nawawalang Oatmeal Raisin Cookies 137

64. Mga hilaw na berry chips 139

65. Hilaw na Buckwheat Turmeric Sinigang 141

66. Almusal Zinger Bar 143

67. Coconut Oatmeal Cookies 145

68. Santa Fe Black Bean Burger 147

69. 7 butil na oatmeal na cake 149

70. Amish oatmeal cake 151

71. Cocoa oatmeal cake 153

72. Coconut pecan oatmeal cake 156

73. Lazy daisy oatmeal cake 159

74. Oatmeal coconut cake 162

75. Oatmeal spice cake 164

76. Oatmeal applesauce cake 166

77. Blueberry Rhubarb Pie 168

78. Apple Pie 171

79. Peach Crumb Pie 174

80. No-Bake Fresh Fruit Pie 177

81. Rhubarb Pie 179

82. Tropical Coconut Pudding 182

83. Oatmeal cinnamon ice cream 184

84. Banana Oatmeal Pancake 186

85. Apple-oatmeal waffles 188

86. Mga apricot oatmeal linzer bar 190

87. Itim na walnut oatmeal pie 193

88. Butterscotch oatmeal cookies 195

89. Elegant oatmeal custard 197

90. Oatmeal crisps 199

91. Honey oatmeal chewies 201

92. Jumbo fruited oatmeal cookies 203

93. No-bake oatmeal bar 205

94. Oatmeal whoopie pie 207

95. Oatmeal hawaiian bread 209

96. Oatmeal at sour-cherry soda bread 211

97. Oatmeal butter crackers 214

98. Oatmeal burger buns 216

99. Oatmeal cinnamon scone 219

100. Malutong na oatmeal nut 222

KONKLUSYON 224

PANIMULA

Ang oatmeal ay hindi lamang isang masarap at maraming nalalaman na sangkap, ngunit ito rin ay isang mahusay na mapagkukunan ng mga sustansya. Kung naghahanap ka upang magdagdag ng higit pang buong butil sa iyong diyeta, kung gayon ang ANG ALMUSAL OATMEAL MGA MANGKOK AKLAT NG RESIPE ay perpekto para sa iyo. Sa 100 madali at malikhaing mga recipe ng oatmeal, hindi ka magsasawa sa superfood na ito.

Mula sa matamis hanggang sa malasang, mayroong isang recipe ng oatmeal para sa bawat pagkain sa araw. Subukan ang klasikong cinnamon apple oatmeal para sa almusal, o ihalo ito sa masarap na mushroom oatmeal para sa tanghalian. At para sa hapunan, siguradong tatatak ang salmon at oat risotto.

Bilang karagdagan sa mga tradisyonal na recipe ng oatmeal, nagtatampok ang cookbook ng mga recipe para sa mga oatmeal smoothies, granola bar, at kahit na oatmeal cookies. May mga recipe para sa lahat ng kagustuhan sa pandiyeta, vegan ka man , gluten-free, o dairy-free.

Ang bawat recipe ay may kasamang madaling sundin na mga tagubilin at magagandang larawan upang gabayan ka sa proseso. Makakahanap ka rin ng mga kapaki-pakinabang na tip para sa pagpapalit at pag-iimbak ng mga sangkap, para ma-enjoy mo ang iyong mga likhang oatmeal sa mga darating na araw.

Kaya , kung ikaw ay isang mahilig sa kalusugan na mahilig sa pagkain o naghahanap lamang upang magdagdag ng higit pang iba't-ibang sa iyong mga pagkain, ANG ALMUSAL OATMEAL MGA MANGKOK AKLAT NG RESIPE ay may isang bagay para sa lahat. Maghanda upang galugarin ang masarap na mundo ng oatmeal ..

OATMEAL BREAKFAST

1. Saffron Oatmeal

Ginagawa: 2 Servings

INGREDIENTS ::
- 1 kutsarang safron thread, hinati
- 2 kutsarang mainit na tubig
- 2 tasang rolled oats gluten-free, kung kinakailangan
- 1 tasa + 1 kutsarang unsweetened almond milk, hinati
- 1 tasang tubig
- ½ kutsarita ng nutmeg
- ½ kutsarita ng cardamom powder
- MAPLE syrup
- 2 kutsarita na hiniwang almendras

INSTRUCTIONS:

a) Pagsamahin ang mga sinulid ng safron na may mainit na tubig sa isang mangkok o tasa at hayaan itong ma-infuse. Magreserba ng 1 Kutsara.

b) Pagsamahin ang mga rolled oats, 1 tasang almond milk, tubig, nutmeg, cardamom powder, at saffron water sa isang mangkok. Kung nais mo, magdagdag ng maple syrup.

c) Microwave sa loob ng 2-3 minuto.

d) Pagsamahin sa isang kutsara at idagdag ang natitirang mga sinulid ng safron, ang nakareserbang tubig na saffron, ang natitirang almond milk, at hiniwang mga almendras.

2. Pumpkin Spice Oatmeal

Gumagawa: 4 na servings

INGREDIENTS :: _
- ½ tasa ng mabilis na oats
- ¼ kutsarita ng cinnamon o pumpkin pie spice
- ¾ tasa ng nonfat o low-fat milk
- 1 kutsarang brown sugar o maple syrup
- 4 na kutsarang pureed canned pumpkin
- 2 kutsarang pasas o cranberry
- ½ saging, hiniwa
- ½ ng isang mansanas, tinadtad

INSTRUCTIONS:

a) Stovetop: paghaluin ang oats, gatas, asukal/maple syrup, pureed pumpkin, at cinnamon sa isang maliit na kaldero sa katamtamang init.

b) Haluin nang tuluy-tuloy hanggang sa maging malapot at mag-atas ang timpla. Magdagdag ng mga toppings upang matamis kung ninanais.

c) Microwave: sa isang mangkok na ligtas sa microwave, ihalo ang mga oats, gatas, asukal/maple syrup, pureed pumpkin, at cinnamon.

d) Magluto sa mataas para sa 1-2 minuto, pagpapakilos sa kalahati. Magdagdag ng mga toppings upang matamis kung ninanais.

3. Cinnamon ice cream Oatmeal

Gumagawa: mga 1 quart

INGREDIENTS :: _
- Blangkong Ice Cream Base
- 1 tasang oats
- 1 kutsarang giniling na kanela

INSTRUCTIONS:
a) Ihanda ang blangko na base ayon sa mga tagubilin.
b) Sa isang maliit na kawali sa katamtamang init, pagsamahin ang mga oats at cinnamon.
c) Toast, regular na hinahalo, sa loob ng 10 minuto, o hanggang sa browned at mabango.
d) Upang mag-infuse, idagdag ang toasted cinnamon at oats sa base habang lumalabas ang mga ito sa kalan at hayaang matarik nang mga 30 minuto.
e) Gamit ang isang mesh strainer na itinakda sa ibabaw ng isang mangkok; pilitin ang solids, pagdiin upang matiyak na makakakuha ka ng mas maraming flavored cream hangga't maaari.
f) Itabi ang halo sa iyong refrigerator magdamag. Kapag handa ka nang gawin ang ice cream, haluin muli ito gamit ang immersion blender hanggang makinis at mag-atas.
g) Ibuhos sa isang tagagawa ng ice cream at i-freeze ayon sa mga tagubilin ng gumawa. Itabi sa isang lalagyan na hindi tinatagusan ng hangin at i-freeze magdamag.

4. Cinnamon Granola Oatmeal

Gumagawa: 4 hanggang 6 na servings

INGREDIENTS :: _
- 2 tasang tubig
- 1¾ tasa ng makalumang oats
- 1 kutsarita ng giniling na kanela
- 1⁄4 kutsarita ng asin
- ¾ tasa ng granola

INSTRUCTIONS:

a) Sa isang malaking kasirola, pakuluan ang tubig sa sobrang init. Bawasan ang init sa mababang, ihalo ang mga oats, kanela, at asin. Pakuluan ng 5 minuto, paminsan-minsang pagpapakilos.
b) Alisin mula sa apoy at ihalo ang granola.
c) Takpan at hayaang tumayo ng mga 3 minuto bago ihain.

5. Malasang Masala Oatmeal

Gumagawa: 4

MGA INGREDIENTS:
- 1 kutsarang Ghee o Oil use oil para sa vegan
- 1 kutsarita na buto ng Cumin
- 1 Green Chili Pepper diced, opsyonal
- 1 tasang sibuyas na diced
- 1 kutsarita Ginger grated
- 1 kutsarita Bawang tinadtad
- ½ tasa ng kamatis na tinadtad
- 1.5 tasa Steel-cut Oats
- 3.5 tasa ng Tubig
- 2 tasang pinaghalong gulay Carrots, Green Beans, Peas, Corn, Edmame, frozen o fresh
- 1 kutsarang Lime juice
- Mga dahon ng cilantro para palamuti

MGA SPICES
- ½ kutsarita ng Ground Turmeric
- ½ kutsarita ng Kashmiri red chili powder o paprika, i-adjust ayon sa panlasa
- ½ kutsarita ng Garam Masala
- 1 kutsarita Salt adjust sa lasa

MGA TAGUBILIN

a) Simulan ang instant pot sa sauté mode at init ito. Magdagdag ng ghee/mantika, pagkatapos ay magdagdag ng mga buto ng cumin at hayaan silang sumirit.
b) Ngayon idagdag ang berdeng sili, sibuyas, luya at bawang. Igisa ng 2-3 minuto hanggang sa maging translucent ang sibuyas.
c) sibuyas, luya, at pampalasa sa instant pot
d) Magdagdag ng kamatis at pampalasa. Haluing mabuti.
e) Sibuyas, kamatis at pampalasa sa instant pot
f) Idagdag ang pinaghalong gulay, oats at tubig. Haluing mabuti. Kung may nakadikit sa ilalim ng palayok, i-deglaze ito. Pindutin ang Kanselahin at isara ang takip na may vent sa sealing position.
g) handa nang magluto ng masala oats sa instant pot.

h) Baguhin ang setting ng instant pot sa pressure cookmode sa loob ng 8 minuto sa mataas na presyon.
i) Kapag nagbeep ang instant pot, hayaang natural na lumabas ang pressure sa loob ng 10 minuto, pagkatapos ay manual na bitawan ang pressure.
j) Buksan ang takip at idagdag ang katas ng kalamansi . Haluing mabuti.
k) Curried Masala oatmeal na niluto sa instant pot na nilagyan ng cilantro
l) Palamutihan ng mga dahon ng cilantro at magsaya sa isang maliit na piraso ng yogurt.

6. Mexican Oatmeal Bowl

Gumagawa: 1 bahagi

MGA INGREDIENTS:
- 1 kutsarita Langis
- 2 Garlic Cloves tinadtad
- ¾ tasa Mabilis na pagluluto ng Oats
- ½ kutsarita ng Taco Seasoning
- ¼ kutsarita ng Paprika Powder
- ½ kutsarita ng Lime Juice
- 2 tasang Tubig
- Asin sa panlasa

MGA TOPPING:
- Salsa ng mais
- Grated Cheddar
- Abukado
- Jalapeno

MGA TAGUBILIN

a) Mag-init ng mantika sa isang kawali at magdagdag ng bawang. Magluto ng 15-30 segundo o hanggang mabango.

b) Magdagdag ng oats, taco seasoning, paprika powder, lime juice, tubig at asin. Haluing mabuti at pakuluan ang lahat. Pakuluan ng ilang minuto hanggang maluto ang mga oats at lumapot ang timpla. Ito ay dapat tumagal ng 3-4 minuto. Magdagdag ng kaunting tubig upang maabot ang pare-pareho na gusto mo.

c) Ibabaw sa mais, salsa, grated cheddar, avocado at jalapeno. Ihain nang mainit.

7. Orange Marmalade Oatmeal

Gumagawa: 4

INGREDIENTS :: _
- 2 tasang makalumang oats
- 2 ¼ tasa ng tubig
- 2 ¼ tasa ng gatas
- ½ kutsarita ng asin
- ½ kutsarita ng giniling na kanela
- ¼ tasa ng asukal
- 2 kutsarang plain low-fat Greek yogurt
- 2 kutsarang orange marmalade
- Mga hiwa ng orange at kiwi

INSTRUCTIONS:
a) Idagdag ang lahat ng sangkap maliban sa garnish sa Instant Pot.
b) I-secure ang takip ng cooker at pindutin ang "Manual" function key.
c) Ayusin ang oras sa 6 na minuto at lutuin sa mataas na presyon.
d) Pagkatapos ng beep, natural na bitawan ang presyon at alisin ang takip.
e) Haluin ang inihandang oatmeal at ihain sa isang mangkok.
f) Palamutihan ng mga hiwa ng orange at kiwi sa itaas.

8. Pomegranate Oatmeal

Gumagawa: 2

INGREDIENTS ::
- 1 tasang regular na oats
- 2 tasang almond milk
- ¼ kutsarita vanilla extract
- 6 na kutsarang buto ng granada
- ¼ kutsarita ng giniling na kanela
- Ibuhos ang maple syrup

INSTRUCTIONS:
a) Dalhin ang almond milk sa mababang pigsa.
b) Magdagdag ng mga oats, pukawin at bawasan ang init sa isang mababang-katamtamang temperatura.
c) Magluto ng 5 hanggang 10 minuto.
d) Ihalo ang vanilla at cinnamon.
e) Ihain sa 2 mangkok.
f) Itaas ang pomegranate ariels at isang ambon ng maple syrup.

9. Goji Berries Sprouted Oatmeal

Gumagawa: 4 Servings

INGREDIENTS ::
- 2 tasang whole oat groats, ibinabad sa magdamag sa 4 na tasa ng tubig, at banlawan
- ½ tasang pitted date, 1 tasang hiniwang saging, o ¼ tasa ng agave syrup
- 2 kutsarang sinala ng tubig, kung kinakailangan
- 1½ kutsara ng iyong paboritong pampalasa
- ½ tasa ng goji berries

INSTRUCTIONS:
a) Ilagay ang mga oats at mga petsa sa isang food processor na may tubig, at iproseso sa isang creamy texture na katulad ng lutong oatmeal.
b) Idagdag ang opsyonal na pampalasa at mga prutas at mani, kung ninanais.
c) Pulse upang ihalo nang mabuti.

10. Pineapple coconut oatmeal

INGREDIENTS :: _
- 1 tasang canned light coconut milk, inalog mabuti
- ½ tasa ng frozen na mga tipak ng pinya
- ½ tasa ng mabilis na pagluluto ng oats
- 1 kutsarang hinimay na niyog na walang tamis
- 2 kutsarita ng maple syrup
- ⅛ kutsarita ng kosher na asin
- 1 kutsarang pinong tinadtad na kasoy

INSTRUCTIONS:
a) Pagsamahin ang gata ng niyog, pinya, oats, niyog, syrup, at asin sa isang mangkok.
b) Ibuhos sa isang 16-ounce na mug.
c) Takpan at microwave hanggang mag-atas, mga 3½ minuto.
d) Budburan ng mga mani.

11. Microwave Pineapple at Berry Oatmeal

Gumagawa: 2 servings

MGA INGREDIENTS:
- 1 tasa ng plant-based na gatas
- ½ tasa ng frozen na mga tipak ng pinya
- ½ tasa ng mabilis na pagluluto ng oats
- ¼ tasa ng mga berry
- 2 kutsarita ng maple syrup
- ⅛ kutsarita ng kosher na asin
- 1 kutsarang pinong tinadtad na kasoy

MGA TAGUBILIN
a) Pagsamahin ang plant-based na gatas, pinya, oats, berries, syrup, at asin sa maliit hanggang katamtamang mangkok.
b) Ibuhos sa isang mug.
c) Takpan at microwave hanggang mag-atas, mga 3½ minuto.
d) Budburan ang mga mani, kung gagamit.

12. Cold Oats na may Unsweetened coconut yogurt

Gumagawa: 2

INGREDIENTS :: _
- Mga organikong oats
- Isang dakot na pinatuyong cranberry
- 1 saging
- 1 kutsara ng Unsweetened coconut yogurt
- Isang dakot na almendras
- Isang dakot na walnut
- Plant-based sa panlasa

INSTRUCTIONS:
a) Pagsamahin ang lahat ng sangkap sa isang mangkok at ihain kasama ng iyong paboritong gatas na nakabatay sa halaman.
b) Enjoy.

13. Strawberry Creamy Oatmeal

Gumagawa: 1

INGREDIENTS :: _
- ½ tasang tubig
- ¼ tasa ng gatas na mababa ang taba
- ½ tasang makalumang mabilis na pagluluto na mga rolled oats
- ½ tasang hiniwang strawberry
- ¼ tasa ng nonfat Greek yogurt
- 1 kutsarang pulot

INSTRUCTIONS:

a) Sa isang maliit na kasirola na nakalagay sa katamtamang init, pagsamahin ang tubig, gatas, at oats. Dalhin ang timpla sa isang pigsa, pagpapakilos paminsan-minsan.

b) Kapag kumulo na ang timpla, bawasan ang apoy sa mahina at kumulo sa loob ng 3 hanggang 5 minuto, paminsan-minsang pagpapakilos, hanggang sa lumambot ang oats.

c) Alisin mula sa init, takpan, at hayaang tumayo ng 3 hanggang 5 minuto.

d) Ilagay ang oatmeal sa isang serving bowl. Ihalo ang mga strawberry, yogurt, at honey at ihain kaagad.

14. Apple Raisin Compote na may Oatmeal

Gumagawa: 4 hanggang 6 na servings

INGREDIENTS :: _
PARA SA COMPOTE
- 1 tart apple, gaya ng Granny Smith
- 1 matamis na mansanas, tulad ng Golden Delicious
- 3 kutsarang gintong pasas
- 1/2 tasa ng orange juice
- 2 kutsarita ng sariwang kinatas na lemon juice
- 2 kutsarang brown sugar
- 2 kutsarang maple syrup
- 1/2 kutsarita ng giniling na kanela
- 1/2 kutsarita gluten-free vanilla extract
- 1/2 kutsarita sariwang lemon zest

PARA SA OATMEAL
- Mantikilya, para sa pagpapadulas
- 3 tasang tubig
- 2 tasang gatas o gatas na walang gatas na gusto mo
- 2 tasang steel-cut oats
- Kurot ng kosher o pinong sea salt

INSTRUCTIONS:
COMPOTE

a) Balatan at ubusin ang mga mansanas at gupitin sa maliliit na piraso. Ilagay sa isang kasirola. Idagdag ang mga pasas, orange juice, lemon juice, brown sugar, maple syrup, cinnamon, vanilla, at lemon zest. Haluin upang pagsamahin. Magluto sa katamtamang init, paminsan-minsang pagpapakilos, hanggang ang mga mansanas ay malambot na tinidor at ang likido ay syrupy. Ilipat ang compote sa isang mangkok at itabi.

OATMEAL

b) Banayad na mantikilya ang ilalim at ibabang bahagi ng inner pot upang maiwasan ang pagdikit. Idagdag ang tubig, gatas, oats, at asin, ngunit huwag pukawin. Isara at i-lock ang takip, siguraduhing ang hawakan ng paglabas ng singaw ay nasa posisyong sealing. Magluto sa mataas na presyon ng 9 minuto. Kapag natapos na ito, natural na bitawan ang presyon, na tatagal ng mga 15 minuto. I-on ang hawakan ng paglabas ng singaw sa pagbubuhos, ilalabas ang anumang natitirang singaw. I-unlock ang takip at maingat na buksan ito.

c) I-scoop ang oatmeal sa mga mangkok at itaas na may isang kutsara o dalawa ng fruit compote. Ihain kaagad.

15. Apple Oatmeal

Gumagawa: 1

INGREDIENTS :: _
- 1 gadgad na mansanas
- 1/2 tasa ng oats
- 1 tasang tubig
- Dash ng kanela
- 2 kutsarita ng hilaw na pulot

INSTRUCTIONS:
a) Lutuin ang mga oats na may tubig sa loob ng 3-5 minuto.
b) Magdagdag ng gadgad na mansanas at kanela. Haluin ang hilaw na pulot.

16. Cran-Apple Oatmeal

Gumagawa: 4 hanggang 6 na servings

INGREDIENTS :: _
- 2 tasang tubig
- 2 tasang apple juice
- 2 tasang makalumang oats
- 1 kutsarang light brown sugar
- 1 kutsarita ng giniling na kanela
- $1/4$ kutsarita ng asin
- 1 Fuji o Gala apple, binalatan, tinadtad, at ginutay-gutay
- $1/4$ tasa ng pinatamis na pinatuyong cranberry

INSTRUCTIONS:
a) Sa isang malaking kasirola, pagsamahin ang tubig at katas ng mansanas at pakuluan sa mataas na apoy.
b) Bawasan ang init sa mahina, ihalo ang mga oats, asukal, kanela, at asin.
c) Pakuluan ng 5 minuto, paminsan-minsang pagpapakilos.
d) Alisin mula sa apoy at ihalo ang mansanas at cranberry.
e) Takpan at hayaang tumayo ng mga 3 minuto bago ihain.

17. Apple Pie Oatmeal

Gumagawa: 1

INGREDIENTS :: _
- 1/2 cup rolled old fashioned oats
- 1/2 tasa ng gatas
- 1/2 tasa ng tubig
- 1 kurot na asin
- 2/3 tasa binalatan at pinong tinadtad na pulot na malutong na mansanas
- 1/4 kutsarita ng giniling na kanela
- 1 kutsarita na naka-pack na brown sugar o maple syrup, o ayon sa panlasa
- 1/8 kutsarita vanilla extract
- 1/2 kutsarang mantikilya
- 1 kutsarang pinatuyong cranberry at/o tinadtad na mga walnut

INSTRUCTIONS:
a) Magdagdag ng mga mansanas at tubig sa isang medium microwave safe bowl.
b) Init sa microwave sa loob ng 2 minuto.
c) Pagkatapos ay haluin ang mga oats, gatas, asin at kanela at init ng 2 minuto pa.
d) Paghaluin ang brown sugar, vanilla at mantikilya.
e) Hayaang lumamig ng ilang minuto. Itaas ang mga cranberry o walnut kung ninanais.

18. Blueberry Vanilla Overnight Oats

Gumagawa: 1

INGREDIENTS :: _
- 1/2 tasa ng oats
- 1/3 tasa ng tubig
- 1/4 tasa ng mababang-taba na yogurt
- 1/2 kutsarita ng giniling na vanilla bean
- 1 kutsarang flax seeds meal
- Isang kurot ng asin
- Blueberries, almonds, blackberries, raw honey para sa topping

INSTRUCTIONS:
a) Idagdag ang mga sangkap, maliban sa mga toppings, sa mangkok sa gabi. Palamigin sa magdamag.
b) Sa umaga, pukawin ang halo. Dapat itong makapal.
c) Idagdag ang mga toppings na iyong pinili.

19. Apricot Oat Almusal

Gumagawa: 4 hanggang 6

INGREDIENTS :: _
- 2 tasang matagal na niluluto na oats, hindi luto
- 1/3 tasa ng hiniwang almendras
- 3/4 tasa ng pinatuyong mga aprikot, tinadtad
- 1/4 kutsarita ng asin
- 11/2 tasa ng orange juice
- 1 tasang tubig
- 1/4 tasa ng pulot
- Palamuti: tinadtad na mga aprikot, hiniwang mga almendras
- Opsyonal: gatas

INSTRUCTIONS:
a) Pagsamahin ang mga oats, nuts, pinatuyong mga aprikot at asin sa isang malaking mangkok; itabi.
b) Paghaluin ang orange juice, tubig at pulot; idagdag sa pinaghalong oat.
c) Palamigin, takpan, sa loob ng 8 oras o magdamag. Ihain nang malamig, pinalamutian ayon sa gusto.

20. Fruit and Honey Granola

Gumagawa ng : 5 tasa

MGA INGREDIENTS:
- 3 tasang oats (mabilis o makaluma, hilaw) tasa ng magaspang na tinadtad na pecan (opsyonal)
- 1 tasang pulot
- 4 na kutsara (stick) margarine o mantikilya, natunaw
- 1 kutsarita ng vanilla
- 1 kutsarita ng giniling na kanela
- 1 kutsarita ng asin (opsyonal)
- 1 6-onsa na pakete na diced pinatuyong pinaghalong prutas (mga 1 tasa)

INSTRUCTIONS:
a) Painitin ang oven sa 350°F.
b) Sa malaking mangkok, pagsamahin ang mga oats at pecans; haluing mabuti. Ikalat nang pantay-pantay sa 15 x 10-inch na jelly roll pan o sa rimmed baking sheet. Sa maliit na mangkok, pagsamahin ang honey, margarine, vanilla , cinnamon at asin; haluing mabuti. Ibuhos sa pinaghalong oat; haluing mabuti.
c) Maghurno ng 30 hanggang 35 minuto o hanggang sa ginintuang kayumanggi, pagpapakilos tuwing 10 minuto. Haluin ang pinatuyong prutas. Ganap na cool. Mag-imbak nang mahigpit na may takip hanggang sa 1 linggo.

21. Strawberry Coconut Chia Pudding

Servings: 2

INGREDIENTS ::
- 1 tasa ng strawberry
- 1 tasang evaporated gata ng niyog
- 1 tasa ng oat milk
- 3 kutsarang chia seeds
- Maple syrup upang matamis

INSTRUCTIONS:

a) Pagsamahin ang iyong chia seeds at oat milk sa isang lalagyan na may takip.
b) Haluin ito ng isa pang 10 minuto, pagkatapos ay takpan at palamigin magdamag o hindi bababa sa 3-4 na oras.
c) Sa isang blender, pagsamahin ang evaporated gata ng niyog at strawberry at timpla hanggang mag-atas.
d) Ibuhos ang strawberry liquid sa ibabaw ng iyong chia pudding sa iyong serving glass o bowl.
e) Bilang isang opsyon, maaari kang magdagdag ng maraming maple syrup hangga't gusto mong balansehin ang lasa.

22. Mabagal na Lutong Oats na May Nakakain na Bulaklak

INGREDIENTS :: _
PARA SA MGA OAT:
- 1 tasa ng organic rolled oats
- 2 tasa ng almond milk
- 1/2 tasa ng tubig

PARA SA TOPPING:
- 2 kutsarita ng maple syrup o honey
- Dinurog na mga bulaklak na nakakain

MGA TAGUBILIN

a) Sa isang medium na kasirola, pagsamahin ang mga oats, almond milk, at tubig at pakuluan ito sa mahinang apoy.

b) Haluin nang madalas para sa 10-15 hanggang sa nais na pare-pareho at kapal.

c) Ihain at idagdag ang mga dinurog na bulaklak na nakakain na may kaunting ambon ng maple syrup/honey

23. Orange Flower, Pistachio, at Date Oatmeal

Gumagawa: 2 servings

MGA INGREDIENTS:
- 1 3/4 tasa Magtanim ng gatas
- 1 tasang Old Fashioned Rolled Oats
- 1 kurot na asin

MGA TOPPING:
- 1/4 tasa ng agave nectar
- 1/2 kutsarita ng orange na bulaklak na tubig
- 1/4 tasa tinadtad na pistachios
- 1/4 tasa tinadtad na petsa
- 1 kutsarita ng kanela

MGA TAGUBILIN

a) Pakuluan ang gatas ng halaman pagkatapos ay idagdag ang Old Fashioned Rolled Oats at lutuin ng mga 5 minuto o hanggang maabsorb ng oatmeal ang gatas at malambot ang oats.
b) Haluin ang isang pakurot ng asin.
c) Idagdag ang orange flower water sa agave nectar at haluing mabuti.
d) Hatiin ang mga nilutong oats sa 2 mangkok at hatiin ang mga pistachio at petsa sa pagitan nila.
e) Ibuhos ang orange flower water at agave mixture sa ibabaw.
f) Tuktok na may sprinkle ng cinnamon at magsaya!

24. Butterfly Pea Flowers Overnight Oats

Ginagawa: 1 Paghahain

OVERNIGHT OAT
- ¼ tasa ng oats
- 1 tasang Milk of Choice
- 1 kutsarang Chia Seeds
- 1 Protein Powder of Choice
- 3 kutsarang Butterfly Pea Liquid

BUTTERFLY PEA FLOWER TEA
- 1 kutsarang Dried Butterfly Pea Flowers
- 6 tasang Mainit na Tubig

MGA TAGUBILIN

a) Una, magtimpla ng iyong butterfly pea tea.
b) Maghanap lamang ng isang malaking pitsel, idagdag ang iyong pinatuyong bulaklak ng butterfly pea dito, at magdagdag ng mainit na tubig.
c) Hayaang matarik ang tsaa nang hindi bababa sa isang oras bago ito gamitin. Huwag mag-atubiling magdagdag ng pampatamis dito kung nais mo.
d) Kumuha ng mason jar o weck jar.
e) Idagdag ang lahat ng iyong **INGREDIENTS:** sa garapon, maliban sa butterfly pea tea, at haluing mabuti.
f) Hayaang tumira nang isang minuto o masyadong at ibuhos lang ang tsaa sa garapon. Ito ay tumira sa ibaba, na nagbibigay ng isang layered na epekto.
g) Ilagay ang garapon sa refrigerator sa magdamag.
h) Magdagdag ng mga nais na toppings at magsaya!

25. Jasmine Oatmeal Granola

Gumagawa: 10 tasa

MGA INGREDIENTS:
- 1/3 tasa ng extra-virgin olive oil
- 1/3 tasang langis ng niyog
- 2/3 tasa at 2 kutsarang maple syrup
- 3/4 tasa ng pinong sea salt
- 1/4 tasa ng pinatuyong bulaklak ng jasmine
- 10 tasang rolled oats
- 1 1/2 kutsarita ng whole golden o regular na flax seeds
- 1 1/2 kutsarita ng giniling na buto ng flax
- 1/2 tasa ng magaspang na tinadtad na hilaw na hazelnuts
- 1/2 tasang tinadtad na pinatuyong mga aprikot

MGA TAGUBILIN

a) Painitin muna ang oven sa 300°F. Iguhit ang isang malaking rimmed baking sheet na may parchment paper at itabi.
b) Sa isang malaking stockpot sa katamtamang init, haluin ang maple syrup, coconut oil, olive oil, jasmine flowers, at sea salt.
c) Pakuluan nang mahina, pagkatapos ay ibaba ang apoy upang kumulo at lutuin ang likidong lumapot nang bahagya at napakabango, 8-10 minuto.
d) Alisin mula sa apoy, pagkatapos ay idagdag ang mga oats at, gamit ang isang mahabang hawakan na kahoy na kutsara o silicone spatula, haluin hanggang ang mga oat ay lubusan na pinahiran.
e) Idagdag ang buo at ground flax seeds at haluin upang pagsamahin, pagkatapos ay ihalo ang mga hazelnut at mga aprikot.
f) Ibuhos ang pinaghalong oat sa inihandang baking sheet, pagkatapos ay gamitin ang kutsara o spatula upang bahagyang ilagay sa isang masikip, pantay na layer.
g) Ilipat sa oven at i-bake, paikutin ang tray sa kalahati, hanggang ang mga oat ay maging ginintuang at mabango at ang mga hazelnut ay bahagyang na-toasted, 45–55 minuto.
h) Alisin ang tray mula sa oven at itabi nang hindi nakakagambala hanggang sa ganap na lumamig ang granola sa temperatura ng silid. Hatiin sa mga tipak na kasing laki ng kagat at ihain kaagad, o ilagay sa mga garapon na hindi tinatagusan ng hangin.
i) Nakaimbak sa temperatura ng silid, ang granola ay mananatiling maayos hanggang sa 6 na linggo.

26. Lavender Cherry Overnight Oats

Gumagawa: 2 malalaking servings

MGA INGREDIENTS:
- 1 tasang kasoy
- 2 1/2 tasa ng tubig
- 1/2 kutsarita pinatuyong culinary lavender
- 1 kutsarang asukal
- 1 kutsarita sariwang lemon juice
- 1 kutsarita purong vanilla extract
- 1 tasang rolled oats
- 1 tasa sariwang seresa, pitted at kalahati
- 2 kutsarang hiniwang almendras

MGA TAGUBILIN
a) Ilagay ang cashews at tubig sa isang high-powered blender at katas hanggang sa maging napaka-mag-atas at makinis. Depende sa lakas ng iyong blender, maaaring tumagal ito ng hanggang 5 minuto.
b) Idagdag sa lavender, asukal, lemon juice, vanilla extract at isang maliit na kurot ng asin. Pulse upang pagsamahin, pagkatapos ay salain gamit ang isang mesh strainer o nut-milk bag.
c) Ilagay ang cashew-lavender milk sa isang mangkok at ihalo ang mga oats. Takpan at ilagay sa refrigerator at hayaang magbabad ng 4-6 na oras o magdamag.
d) Upang maglingkod, kutsara ang mga oats sa dalawang mangkok at magdagdag ng mga cherry at almond. Enjoy!

27. Marshmallow Fluffernutter Oatmeal

Gumagawa: 2 servings

INGREDIENTS ::
- 1 tasa ng mabilis na oats
- 2 tasang tubig
- 5 kutsarang creamy peanut butter, o dami sa panlasa
- 3 kutsarang marshmallow fluff, o dami sa panlasa

INSTRUCTIONS:
a) Sa isang maliit na katamtamang kasirola, magdagdag ng 2 tasa ng tubig, at pakuluan.
b) Kapag kumulo na ang tubig, idagdag ang 1 tasang quick oats, at lutuin ng 1 minuto, hinahalo habang ito ay niluluto.
c) Kapag ito ay tapos na, kutsara nang pantay-pantay sa 2 mangkok.
d) Idagdag ang peanut butter at marshmallow fluff at anumang opsyonal na toppings na gusto mo. Enjoy!

28. Peanut Butter Nutella Oatmeal

Gumagawa: 1

MGA INGREDIENTS:
- 1/2 cup rolled old fashioned oats
- 1/2 tasa ng gatas
- 1/2 tasa ng tubig
- 1 patas na kurot na asin
- 2 kutsarang peanut butter powder
- 1 kutsarita ng pulot, o sa panlasa
- 2 kutsarita ng Nutella
- 1 kutsarang tinadtad na unsalted peanuts

MGA TAGUBILIN
a) Sa isang medium microwave safe bowl paghaluin ang mga oats, gatas, tubig at asin.
b) Init sa microwave 2 1/2 - 3 minuto. Haluin ang peanut butter powder at honey.
c) Hayaang lumamig ng ilang minuto pagkatapos ay i-dollop at paikutin sa Nutella. Top na may mani.

29. Peanut Butter Oatmeal

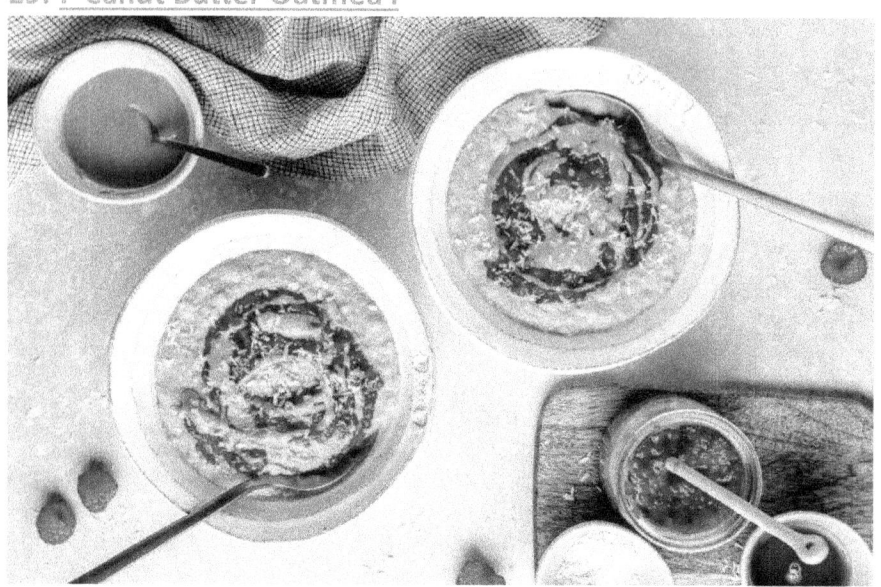

MGA INGREDIENTS:
- ½ tasang makalumang rolled oats
- Kurot ng kosher salt
- 2 kutsarang raspberry
- 2 kutsarang blueberries
- 1 kutsarang tinadtad na almendras
- ½ kutsarita ng chia seeds
- 1 saging, hiniwa ng manipis
- 2 kutsarita ng peanut butter, pinainit

INSTRUCTIONS:

a) Pagsamahin ang 1 tasang tubig, ang mga oats, at asin sa isang maliit na kasirola. Magluto sa katamtamang init, pagpapakilos paminsan-minsan, hanggang sa lumambot ang mga oats, mga 5 minuto.

b) Idagdag ang oatmeal sa isang lalagyan ng paghahanda ng pagkain. Itaas ang mga raspberry, blueberries, almendras, chia seeds, at saging, at ibuhos ang mainit na peanut butter. Panatilihing sakop sa refrigerator sa loob ng 3 hanggang 4 na araw.

c) Ang oatmeal ay maaaring ihain nang malamig o pinainit. Painitin muli sa microwave sa 30 segundong pagitan hanggang sa uminit.

30. Almond Butter Banana Oats

Gumagawa: 1

MGA INGREDIENTS:
- 1/2 tasa ng oats
- 3/4 tasa ng tubig
- 1 puti ng itlog
- 1 saging
- 1 tbs. pagkain ng flax seeds
- 1 kutsarita raw honey
- pakurot ng kanela
- 1/2 tbs. almond butter

MGA TAGUBILIN

a) Pagsamahin ang mga oats at tubig sa isang mangkok. Talunin ang puti ng itlog, pagkatapos ay ihalo ito kasama ng mga hilaw na oats.
b) Pakuluan sa stovetop.
c) Suriin ang pagkakapare-pareho at ipagpatuloy ang pag-init kung kinakailangan hanggang sa ang mga oats ay malambot at makapal.
d) Mash ang saging at idagdag sa oats. Painitin ng 1 minuto
e) Haluin ang flax, hilaw na pulot, at kanela. Ibabaw sa almond butter!

31. Maple Pecan Granola

Servings: 12

INGREDIENTS ::
- 1 tasa raw pecans, pinong tinadtad
- 3 tasa ng mabilis na pagluluto ng oats
- 1/2 kutsarita ng giniling na kanela
- 1/2 tasa purong maple syrup
- 1 kutsarita purong vanilla extract
- 1/2 tasa ng sabaw ng gulay
- 1/2 kutsarita ng pinong asin

INSTRUCTIONS:
a) Painitin muna ang hurno sa 300° F at daanan ang isang malaking baking sheet na may parchment paper.
b) Pagsamahin ang lahat ng sangkap sa isang mangkok ng paghahalo, ilipat ang pinaghalong sa isang baking sheet na may parchment paper, at ikalat ito sa isang pantay na layer na may kagamitan sa pagluluto.
c) Maghurno ng hindi bababa sa 30 minuto. Ihagis ito sa kalahati upang matiyak na hindi masusunog ang granola . Sa halip, maghanap ng kulay gintong kayumanggi.

32. Flax at Chia Seed Oatmeal

Gumagawa ng 1

MGA INGREDIENTS:
- 2 kutsarang ground flaxseed
- 2 kutsarang chia seeds
- 2 kutsarang unsweetened shredded coconut
- 2 kutsarang granulated sweetener na pinili
- 1/2 tasa ng mainit na tubig
- 1/2 tasa malamig na unsweetened gata ng niyog

INSTRUCTIONS:
a) Pagsamahin ang mga tuyong sangkap sa isang maliit na paghahalo ng b owl at haluing maigi.
b) Paghaluin ang kalahating tasa ng mainit na tubig, siguraduhin na ang timpla ay napakakapal. Haluin ang iyong gata ng niyog hanggang sa magkaroon ka ng makapal, creamy na 'oatmeal.'
c) Ihain kasama ng gustong mga toppings/mix-in.

33. Maple Hempseed Oatmeal

Gumagawa: 2 servings

INGREDIENTS :: _
- 1 tasang steel-cut oats
- 3 tablespoons raw shelled hempseed, hinati
- 3 kutsarang maple syrup
- 2 kutsarita ng kanela
- 1 kutsarang hiniwang almendras
- 1 kutsarang currant

INSTRUCTIONS:
a) Pakuluan ang 4 na tasa ng tubig sa isang malaking kasirola.
b) Idagdag ang steel-cut oatmeal, 2 tablespoons hempseed, maple syrup, at cinnamon at pakuluan muli.
c) Bawasan ang init sa mababang at lutuin nang walang takip sa loob ng 30 minuto, paminsan-minsang pagpapakilos.
d) Ihain sa mga mangkok, pinalamutian ng mga hiwa ng almendras, currant, at ang natitirang hempseed.

34. Oatmeal, Psyllium at Chia Pudding

Ginagawa: 2 Servings

MGA INGREDIENTS:
- 400 ML ng unsweetened almond milk
- 6 na kutsarang malambot na oat flakes
- 2 kutsarita ng psyllium
- 1 kutsarang chia seeds
- 20 gramo ng mga hilaw na almendras
- 20 gramo ng toasted hazelnuts
- 20 gramo ng itim na ubas
- 30 gramo ng pumpkin compote

INSTRUCTIONS:
a) Maghanda ng 2 medium bowls at ipamahagi ang almond milk, maglagay ng 200 ML sa bawat isa.
b) Maglagay ng 3 kutsara ng oatmeal sa bawat isa, 1 ng psyllium at 1/2 ng chia sa bawat mangkok.
c) Kung nagdadagdag ka ng mga pampatamis, ngayon ay kung kailan mo dapat gawin ito, alisin ang lahat at hayaan itong magpahinga sa refrigerator, hindi bababa sa kalahating oras bago ubusin ito, maaari mo ring ihanda ito sa gabi bago at hayaang magdamag, kung gayon ito magiging mas siksik.
d) Idagdag ang mga mani, prutas at compote bago ihain.

35. Sunflower Banana Oatmeal

Gumagawa: 3 servings

MGA INGREDIENTS:
- 1 ¾ tasa ng tubig
- ¼ kutsarita ng Himalayan pink salt
- 1 tasang rolled oats
- 3 malalaking hinog na saging, minasa
- 3 kutsarang sunflower seed butter
- 2 kutsara ng agave nectar

INSTRUCTIONS:
a) Dalhin ang tubig at asin sa isang pigsa sa isang kasirola; magdagdag ng mga oats at kumulo hanggang maabot ang ninanais na pagkakapare-pareho , mga 5 minuto.
b) Alisin ang kasirola mula sa init at ihalo ang mga saging, sunflower seed butter, at agave nectar.

36. Pumpkin Seed Overnight Oats

Gumagawa: 2 servings

MGA INGREDIENTS:
- 1 1/2 tasa large-flake rolled oats
- 1 1/2 tasa ng unsweetened almond milk
- 1/4 tasa 2% plain Greek yogurt
- 1/4 tasa ng likidong pulot
- 2 kutsarang chia seeds
- 1 kutsarang banilya
- 1/4 kutsarita bawat giniling na luya at kanela
- 1/2 tasa sariwang halo-halong berries
- 2 kutsarang inihaw na shell-on na buto ng kalabasa
- 2 kutsarang pepitas

INSTRUCTIONS:
a) Sa malaking mangkok, paghaluin ang mga oats, almond milk, yogurt , 3 kutsara ng honey, chia seeds, vanilla, luya at kanela.
b) Palamigin ng 6 na oras o magdamag.
c) Kutsara ang pinaghalong oat sa 2 mangkok; tuktok na may berries, pumpkin seeds at pepitas .
d) Ibuhos ang natitirang pulot. Bago ihain, magdagdag ng higit pang almond milk, kung ninanais .

37. Lemon Poppyseed Oatmeal

Gumagawa: 2 servings

MGA INGREDIENTS:
- 1 tasang steel-cut oats
- 4 tasa ng non-dairy milk
- Juice ng 1 malaki o 2 maliit na lemon
- 2 kutsarang maple syrup
- 1 kutsarita vanilla extract
- Masaganang pakurot ng asin
- 1 1/2 kutsarang buto ng poppy

MGA TAGUBILIN
a) Idagdag ang mga oats, gatas, lemon juice, maple syrup, vanilla, at asin sa isang malaking, non-stick na palayok sa mataas na init. Pakuluan, pagkatapos ay bawasan ang apoy sa medium-low upang panatilihing kumulo.
b) Magluto ng 20 hanggang 25 minuto, paminsan-minsang pagpapakilos upang maiwasan ang anumang bagay na dumikit sa ilalim ng palayok. Patayin ang apoy kapag malambot na ang oats at lumapot na ayon sa gusto mo, pagkatapos ay ihalo ang mga buto ng poppy. Magdagdag ng anumang karagdagang pampatamis sa panlasa, kung kinakailangan.
c) Maglingkod ayon sa ninanais; mag-imbak ng mga natirang pagkain sa refrigerator nang hanggang 5 araw.

38. Sesame Oatmeal na may Dates

Gumagawa: 4 Servings

MGA INGREDIENTS:
- 1 tasang oats
- 1 tasang tubig
- 1 tasa ng plant-based na gatas tulad ng almond o kasoy
- 2 petsang tinadtad
- 2 kutsarita na giniling na flaxseed o giniling na chia seed
- 1 kutsarang tahini sa panlasa

MGA TAGUBILIN

a) Pakuluan ang tubig at mga petsa sa mataas na apoy, at pagkatapos ay bawasan sa medium.
b) Magdagdag ng mga oats, haluin kung kinakailangan hanggang sa makapal at bubbly.
c) Kapag naabot ang ninanais na pagkakapare-pareho, alisin mula sa init at ihalo sa tahini.
d) Iwiwisik ang iyong mga paboritong topping sa itaas, tulad ng mga mani at berry.

39. Red velvet oatmeal

Gumagawa: 6

MGA INGREDIENTS:
- 1 ½ tasang rolled oats
- 1 tasang mantikilya
- 2 ½ tasa ng gatas
- 2 Kutsarang Asukal
- 1 ½ kutsarang cocoa powder
- ¼ kutsarita ng asin
- 2 hanggang 3 patak ng pulang pangkulay ng pagkain
- 1 kutsarita vanilla extract

MGA TOPPING
- Mga aril ng granada
- Mga tipak ng tsokolate
- Mga prutas na pinili
- mani

MGA TAGUBILIN

a) Magdagdag ng gatas, asukal, asin, vanilla extract, at cocoa powder sa kasirola
b) Paghaluin at i-on ang apoy sa medium.
c) Idagdag ang mga oats sa pinaghalong milk-cocoa.
d) Idagdag ang kulay ng pagkain at Lutuin sa medium hanggang maluto.
e) Tumatagal ng humigit-kumulang 6 minuto upang ganap na maluto. Haluin nang tuluy-tuloy upang maiwasan ang pagkasunog.
f) Ihain na may mas maraming gatas, at mga toppings na gusto.

40. Cocoa Oatmeal

Gumagawa: 1

MGA INGREDIENTS:
- 1/2 tasa ng oats
- 2 tasang tubig
- Isang kurot na kutsarita ng asin
- 1/2 kutsarita ng giniling na vanilla bean
- 2 kutsarang cocoa powder
- 1 kutsarang hilaw na pulot
- 2 tablespoons ground flax seeds meal
- isang dash ng kanela
- 2 puti ng itlog

MGA TAGUBILIN

a) Sa isang kasirola sa mataas na apoy, ilagay ang mga oats at asin. Takpan ng 3 tasang tubig. Dalhin sa isang pigsa at magluto para sa 3-5 minuto, pagpapakilos paminsan-minsan. Panatilihin ang pagdaragdag ng 1/2 tasa ng tubig kung kinakailangan habang lumakapal ang pinaghalong.

b) Sa isang hiwalay na mangkok, haluin ang 4 na kutsarang tubig sa 4 na kutsarang cocoa powder upang bumuo ng makinis na sarsa. Idagdag ang vanilla sa kawali at ihalo.

c) Bawasan ang init sa mababang. Idagdag ang mga puti ng itlog at ihalo kaagad. Idagdag ang flax meal, at kanela. Haluin upang pagsamahin. Alisin mula sa init, magdagdag ng hilaw na pulot at ihain kaagad.

d) Mga mungkahi sa topping: hiniwang strawberry, blueberries o ilang almond.

41. Cherry at Dark Chocolate Oatmeal

Gumagawa: 4

MGA INGREDIENTS:
- 3 ½ tasa ng Tubig
- ⅛ tasa ng Cane Sugar
- 1 tasang Steel-Cut Oats
- 3 kutsarang Dark Chocolate Chips
- 1 tasang Frozen Cherries, pitted
- Isang kurot ng Sea Salt

INSTRUCTIONS:
a) Ilagay ang lahat ng sangkap, maliban sa tsokolate, sa iyong pressure cooker.
b) Haluing mabuti upang pagsamahin, isara ang takip, at itakda sa PRESSURE COOK/MANUAL sa loob ng 12 minuto sa High.
c) Gumawa ng mabilis na paglabas ng presyon, ihalo ang mga chocolate chips, at ihain.

42. Macadamia at White Chocolate Oatmeal

MGA INGREDIENTS:
- 1 tasang gatas na pinili
- 1/2 cup old fashioned oats
- 1 kutsarita ng pulot
- 1/4 kutsarita vanilla extract
- 1 kutsarita ng macadamia nuts
- 2 kutsarita puting tsokolate chips

MGA TAGUBILIN

a) Init ang gatas sa isang maliit na kasirola sa katamtamang init. Idagdag ang oats at honey.
b) Pakuluan, at bawasan ang apoy. Hayaang kumulo sa loob ng 4-5 minuto, paminsan-minsang pagpapakilos.
c) Kapag lumapot, alisin sa init. Paghaluin ang vanilla, pagkatapos ay ibuhos sa isang mangkok.
d) Itaas ang macadamia nuts at white chocolate chips.

43. Oreo at Cream Oatmeal

Gumagawa: 1

INGREDIENTS ::
- 1 tasang gatas
- ½ tasang makalumang oats
- 1 kutsarang chia seeds
- ¼ tasa ng vanilla yogurt
- 2-3 Oreo cookies, tinadtad

INSTRUCTIONS:
a) Init ang gatas sa isang maliit na kasirola sa katamtamang init.
b) Idagdag ang mga oats at chia seeds.
c) Pakuluan, at bawasan ang apoy.
d) Hayaang kumulo ng 4-5 minuto, paminsan-minsang pagpapakilos.
e) Ibuhos sa isang mangkok at lagyan ng yogurt at Oreo cookies.

44. Peanut Butter Oreo Granola

Gumagawa: 3½ tasa

INGREDIENTS ::
- 1 ½ tasang makalumang oats
- ¼ tasa ng chia seeds
- 1 tasang mani, hinati o tinadtad
- 15 Oreo, tinadtad
- ½ tasang pulbos na peanut butter
- ¼ tasa ng langis
- 2 kutsarang dark brown sugar
- 1 puti ng itlog
- ¾ tasa ng chocolate chips

INSTRUCTIONS:
a) Painitin muna ang hurno sa 300 degrees at lagyan ng parchment paper ang dalawang baking sheet
b) Sa isang malaking mangkok, pagsamahin ang mga oats, chia seeds, peanuts, Oreos, at powdered peanut butter
c) Sa isang maliit na mangkok, haluin ang mantika at brown sugar
d) Ibuhos ang mga likido sa ibabaw ng mga oats at pukawin upang ang mga oats ay pantay na pinahiran
e) Sa parehong mangkok na ginamit para sa mantika, haluin ang puti ng itlog hanggang sa mabula. Idagdag sa mangkok at ihalo
f) Ikalat ang pinaghalong oat nang pantay-pantay sa dalawang kawali
g) Maghurno ng 20 minuto at pukawin ang timpla. Maghurno para sa isa pang 15 - 20 minuto, pagpapakilos bawat ilang minuto upang matiyak na hindi ito masunog
h) Alisin mula sa oven at palamig sa mga baking sheet
i) Kapag ganap na lumamig, ihalo ang chocolate chips

45. Nori Oatmeal

Ginagawa: 1 serving

INGREDIENTS ::
- 40 g oatmeal
- ½ tasang tubig
- 1½ kutsarita ng Japanese Noodle sauce
- ginutay-gutay na Nori seaweed
- wasabi

INSTRUCTIONS:
a) Ilagay ang oatmeal at tubig sa isang mangkok. at Microwave ng 1 minuto.
b) Topping with Nori seaweed and Wasabi, at ibuhos ang noodle sauce.

46. Malasang Miso Oatmeal

Ginagawa: 1 serving

MGA INGREDIENTS:
- 1 tasang Beef Bone Broth
- 1/2 tasa tinadtad na sibuyas, kintsay at karot
- 1/2 tasa ng tofu na hiniwa sa mga cube
- 1/4 tasa ng damong-dagat
- 1 malaking itlog, pinalo
- 1/3 tasa ng oats
- 1 kutsarita ng miso paste

MGA TAGUBILIN
a) Sa isang maliit na kasirola, painitin ang sabaw ng buto sa sobrang init. Magdagdag ng mga gulay at tofu, pakuluan.
b) Haluin ang seaweed, na sinundan ng pinalo na itlog.
c) Haluin palagi ng ilang segundo o hanggang kumalat ang itlog. Alisan sa init.
d) Paghaluin ang mga oats, takpan, at hayaan itong umupo ng 5 minuto.
e) Pansamantala, i-dissolve ang miso paste sa ilang mainit na tubig sa isang maliit na mangkok.
f) Idagdag ang miso sa oatmeal. Tikman at ayusin ang lasa sa pamamagitan ng pagdaragdag ng mas maraming asin kung ninanais.

47. Pinatuyong Seaweed at Egg Oat meal

Ginagawa: 1 serving

MGA INGREDIENTS:
- sesame oil para sa pagprito
- ½ sibuyas ng bawang
- 8 g pinatuyong damong-dagat
- 200 ML ng tubig
- 30 g rolled oats
- 1 itlog
- 1 kutsarita ng asin

MGA TAGUBILIN
a) Ibabad ang seaweed sa tubig nang hindi bababa sa 40 minuto. Patuyuin at itabi.
b) Hiwain ang bawang, iprito gamit ang sesame oil hanggang sa ginintuang kayumanggi. Magdagdag ng seaweed, ipagpatuloy ang paghahalo.
c) Dagdagan ng tubig. Pakuluan.
d) Magdagdag ng oatmeal, bawasan ang init ng kaunti at hayaang maluto ito ng mga 3 minuto.
e) Sa isang mangkok, basagin ang itlog at magdagdag ng asin. Bahagyang talunin ang timpla. Idagdag ito sa oatmeal.
f) Hayaang maluto ang oat porridge hanggang sa hindi masyadong likido o tuyo ang texture.
g) Ihain kasama ng kimchi.
h) Masiyahan sa iyong pagkain!

48. Macrobiotic Oatmeal

Ginagawa: 1 serving

MGA INGREDIENTS:
- 100 ML ng Oatmeal
- 1 kutsarang miso
- 2 kutsarang pinatuyong wakame seaweed
- 1 Umeboshi
- 1 kutsarang berdeng sibuyas, hiniwa nang pino
- 1 dash Nori seaweed, hiniwa nang manipis

MGA TAGUBILIN
a) Magdala ng 1 1/4 tasa ng tubig upang pakuluan sa isang kaldero.
b) I-dissolve ang isang kutsara ng miso at pagkatapos ay idagdag sa wakame at oatmeal.
c) Magluto ng oatmeal ayon sa mga direksyon ng pakete.
d) Ilipat ang oatmeal sa isang mangkok.
e) Maglagay ng umeboshi sa ibabaw, at pagkatapos ay iwiwisik nang pantay-pantay ang berdeng sibuyas at nori seaweed.

49. Pumpkin at Seaweed Oatmeal

MGA INGREDIENTS:
- ½ tasang Pinaghalo ng Kanin at Sinigang
- ½ tasang rolled oats o short-grain rice
- 1 tasa ng de-latang pumpkin puree
- Langis ng Extra Virgin Seed
- 2 kutsarita ng tinadtad na luya
- 6 tasa ng sabaw
- 3 tablespoons ginutay-gutay, tuyo hijiki seaweed
- 2 kutsarita ng pulot o maple syrup
- Sea salt o miso paste sa panlasa
- Kurot ng puting paminta
- Tilamsik ng toyo

MGA TAGUBILIN
a) Sa isang kaldero, igisa ang luya sa seed oil hanggang sa mabango.
b) Banlawan ang mga butil. Idagdag sa palayok.
c) Magdagdag ng likidong pinili at ginutay-gutay na damong-dagat. Haluin at pakuluan.
d) Sa katamtamang mababang init, lutuin ang sinigang hanggang sa malambot ang lahat ng butil at maabot ang perpektong pagkakapare-pareho .
e) Timplahan ng sea salt o miso, toyo, pulot o maple syrup, at paminta.

50. Pistachios Oatmeal

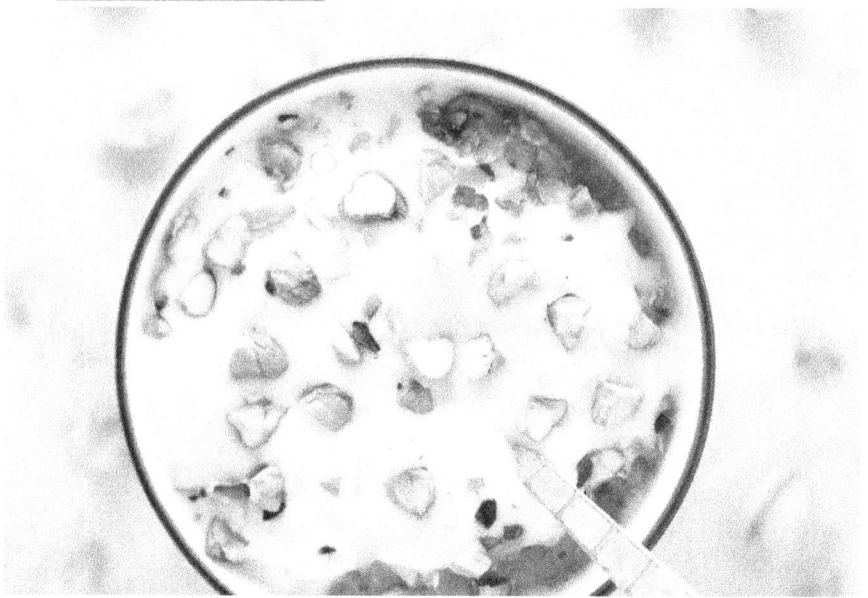

Gumagawa: 4

MGA INGREDIENTS:
- 2 tasang makalumang oats
- 2 ¼ tasa ng tubig
- 2 ¼ tasa ng gatas
- ½ kutsarita ng asin
- ¼ kutsarita ng nutmeg
- 1 kutsarang pulot
- 1 kutsarang pinatuyong cranberry
- 1 kutsarang pinatuyong seresa
- 1 kutsarang inihaw na pistachios

INSTRUCTIONS:
a) Idagdag ang lahat ng sangkap sa Instant Pot, maliban sa cranberries, cherries, at pistachios.
b) I-secure ang takip ng cooker at pindutin ang "Manual" function key.
c) Ayusin ang oras sa 6 na minuto at lutuin sa mataas na presyon.
d) Pagkatapos ng beep, natural na bitawan ang presyon at alisin ang takip.
e) Pukawin ang inihandang oatmeal at ihain sa isang mangkok.
f) Palamutihan ng mga cranberry, cherry, at pistachio sa itaas.

51. Maple Pecan Oatmeal

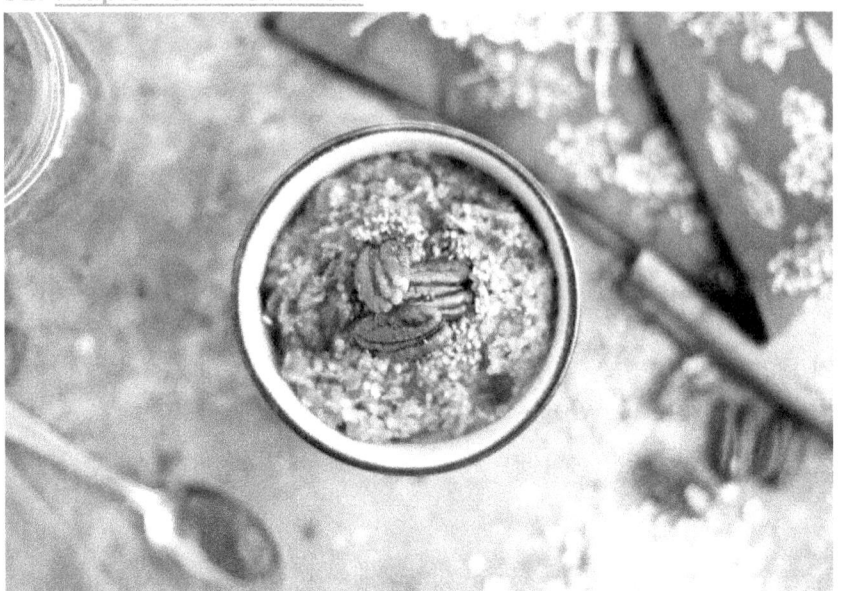

Gumagawa: 1

MGA INGREDIENTS:
- 1/2 cup rolled old fashioned oats
- 1/2 tasa ng gatas
- 1/2 tasa ng tubig
- 1 patas na kurot na asin
- 2 kutsarita na naka-pack na brown sugar, o maple syrup
- 4 patak ng maple extract, o sa panlasa
- 2 kutsarang tinadtad na pecan

INSTRUCTIONS:
a) Sa isang medium microwave safe bowl paghaluin ang mga oats, gatas, tubig at asin.
b) Init sa microwave 2 1/2 - 3 minuto.
c) Ihalo ang brown sugar at maple extract.
d) Hayaang lumamig ng ilang minuto. Itaas na may pecans.

52. Brazilian Nut Overnight Oats

Gumagawa: 1

MGA INGREDIENTS:
OVERNIGHT OAT:
- 1/2 tasa Old Fashioned Oats
- 1 tasang gata ng niyog
- 1 kutsarang chia seeds
- 1 kutsarang pulot, agave nectar o maple syrup

MGA TOPPING:
- Brazil nuts, buo o halos tinadtad
- Mango, hiniwa o kubo
- Saging, hiniwa
- Ginutay-gutay na buko

MGA TAGUBILIN

a) Pagsamahin ang lahat ng overnight oats **MGA INGREDIENTS:** sa isang mangkok o isang mason jar.
b) Takpan at palamigin magdamag, o nang hindi bababa sa 6 na oras.
c) Sa umaga, idagdag ang mga toppings at ilang gata ng niyog kung gusto mo ng creamier texture.

53. Hazelnut Oatmeal

MGA INGREDIENTS:
OATMEAL
- 1 tasang rolled oats
- 2 tasang unsweetened almond milk†
- ⅓ tasa Dutch processed cocoa powder
- 2 kutsarita instant coffee granules
- 1.8 ounces dark chocolate na walang dairy, halos tinadtad, hinati
- 2 kutsarang maple syrup
- 1 kurot na asin

MGA TOPPING
- 1 saging, hiniwa
- ½ tasa ng unsweetened coconut yogurt
- 2 kutsarang hazelnut butter
- 1 kutsarang inihaw na unsalted hazelnuts, tinadtad

MGA TAGUBILIN
a) Sa isang kasirola, idagdag ang oats, gatas, cacao powder, at instant na kape.
b) Pakuluan nang mahina, pagkatapos ay bawasan sa isang kumulo para sa 7 - 10 minuto, pagpapakilos paminsan-minsan.
c) Alisin ang kaldero sa apoy at ihalo ang kalahati ng tinadtad na tsokolate at lahat ng maple syrup at asin.
d) Hatiin ang oatmeal sa pagitan ng mga mangkok.
e) Itaas ang saging, yogurt, hazelnut butter, hazelnuts, at ang natitirang tinadtad na tsokolate.
f) Enjoy!

54. Banana Macadamia Nut Overnight Oats

Gumagawa: 1

MGA INGREDIENTS:
- 1/2 cup old fashioned rolled oats
- 1/4 kutsarita ng ground cardamom
- 1 kurot ng pinong asin
- 3/4 cup low-fat milk , o gatas na gusto mo
- 1 dash purong vanilla extract
- 1/2 medium na saging, hiniwa
- 1 kutsarang macadamia nuts, dry-roasted, tinadtad
- 1 kutsarang unsweetened coconut, toasted
- 1/2 kutsarita buto ng abaka
- 1/4 kutsarita ng chia seeds
- 1 kutsarita purong maple syrup

MGA TAGUBILIN

a) Sa isang mangkok o malaking liquid measuring cup, magdagdag ng mga oats, cardamom, asin, gatas at banilya. Haluin upang pagsamahin.

b) Ilipat sa isang garapon o lalagyan na may masikip na takip at palamigin magdamag.

c) Kinabukasan, mag-enjoy sa malamig o magpainit muli, lagyan ng hiwa ng saging, tinadtad na macadamia nuts, toasted coconut, chia at hemp seeds at lagyan ng maple syrup.

55. Date at Pine Nut Overnight Oatmeal

Gumagawa: 1

MGA INGREDIENTS:
- ½ tasang makalumang rolled oats
- ½ tasang tubig
- Kurot ng asin
- 2 kutsarang tinadtad na petsa
- 1 kutsarang toasted pine nuts
- 1 kutsarita ng pulot
- ¼ kutsarita ng giniling na kanela

MGA TAGUBILIN
a) Pagsamahin ang mga oats, tubig at asin sa isang garapon o mangkok at ihalo.
b) Takpan at palamigin magdamag.
c) Sa umaga, init ang mga oats, kung ninanais, o kumain ng malamig.
d) Itaas ang mga petsa, pine nuts, pulot at cinnamon.

56. Pumpkin Pecan Oatmeal

Gumagawa: 4 na servings

MGA INGREDIENTS:
- 3 tasang tubig
- 1 kutsarita pumpkin pie spice kutsarita asin (opsyonal)
- 2 tasang Oats (mabilis o makaluma, hindi luto)
- 1 tasa ng de-latang kalabasa (hindi pumpkin pie lling) tasa na halos naka-pack na brown sugar
- 18-ounce na lalagyan ng vanilla low-fat o nonfat yogurt
- 3 kutsarang coarsely chopped toasted pecans

INSTRUCTIONS:
a) Sa medium saucepan, magdala ng tubig, pie spice at asin sa pigsa; haluin ang mga oats. Bumalik sa isang pigsa; bawasan ang init sa medium.
b) Magluto ng 1 minuto para sa mabilis na mga oats, 5 minuto para sa mga lumang oats o hanggang sa masipsip ang karamihan ng likido, paminsan-minsang hinahalo.
c) Pukawin ang kalabasa at brown sugar; magluto ng 1 minuto.
d) Hayaang tumayo hanggang sa nais na pagkakapare-pareho.
e) Kutsara ang oatmeal sa apat na mangkok ng cereal. Itaas ang yogurt at pecans.

OATMEAL SNACK AT DESSERT

57. Mga Veggie Oatmeal Burger

Gumagawa: 8 servings

MGA INGREDIENTS:
- 3 kutsarita ng langis ng gulay, hinati
- 1 tasang hiniwang mushroom
- 1 tasang ginutay-gutay na karot (mga 2)
- 1 tasang tinadtad na sibuyas (mga 1 medium)
- 1 tasa tinadtad na zucchini (mga 1 maliit)
- 2 tasang Oats (mabilis o makaluma, hindi luto)
- 115-onsa lata kidney beans, anglaw at pinatuyo
- 1 tasang nilutong puti o kayumangging bigas
- 1 tasa tinadtad na sariwang cilantro o chives (opsyonal)
- 2 kutsarang toyo o kutsarita ng asin
- 1 kutsaritang tinadtad na bawang kutsarita ng itim na paminta
- Hamburger buns at toppings (opsyonal)

INSTRUCTIONS:
a) Mag-init ng 1 kutsarita ng mantika sa malaking non-stick skillet. Magdagdag ng mga mushroom, karot, sibuyas at zucchini; lutuin sa medium-high heat 5 minuto o hanggang sa lumambot ang mga gulay.

b) Ilipat ang mga gulay sa food processor bowl. Magdagdag ng oats, beans, kanin, cilantro, toyo, bawang at paminta. Pulse ng humigit-kumulang 20 segundo o hanggang sa maayos na pinaghalo. Hatiin sa walong bahagi ng tasa. Hugis sa patties sa pagitan ng waxed paper. Palamigin ng hindi bababa sa 1 oras o hanggang matigas.

c) Init ang natitirang 2 kutsarita ng mantika sa parehong kawali sa medium-high heat. Magluto ng patties ng 3 hanggang 4 na minuto sa bawat panig o hanggang sa ginintuang kayumanggi. Ihain sa mga buns na may mga toppings, kung ninanais.

58. Apple Oatmeal Spice Cookies

Gumagawa: Mga 3 dosena

MGA INGREDIENTS:
- 1 cups all-purpose our
- 1 kutsarita ng baking soda
- 1 kutsarita ground cinnamon kutsarita asin (opsyonal)
- 1 kutsarita ng ground nutmeg (opsyonal)
- 1 tasang naka-pack na brown sugar tasa ng butil na asukal
- 1 tasang light butter
- 1 tasa ng unsweetened applesauce o apple butter
- 1 itlog
- 2 kutsarang skim milk
- 2 kutsarita ng vanilla
- 3 tasang Oats (mabilis o makaluma, hindi luto)
- 1 tasa diced pinatuyong pinaghalong prutas o mga pasas

INSTRUCTIONS:
a) Painitin ang oven sa 350°F. Bahagyang i-spray ang mga cookie sheet ng cooking spray.
b) Sa malaking mangkok, talunin ang mga sugars at light butter na may electric mixer hanggang sa mahusay na pinaghalo. Magdagdag ng sarsa ng mansanas, itlog, gatas at banilya; matalo ng maayos. Magdagdag ng pinagsamang aming, baking soda, cinnamon, asin at nutmeg; haluing mabuti. Gumalaw sa mga oats at pinatuyong prutas; haluing mabuti (magiging mamasa-masa ang masa).
c) I-drop ang kuwarta sa pamamagitan ng bilugan na mga kutsara sa mga cookie sheet, pindutin nang bahagya upang makuha .
d) Maghurno ng 12 hanggang 14 minuto o hanggang ang mga gilid ay mapusyaw na ginintuang kayumanggi. Palamig ng 1 minuto sa mga cookie sheet; alisin sa wire rack. Ganap na cool. Mag-imbak ng mahigpit na sakop.

59. Lemon Blueberry Oatmeal Muffins

Gumagawa: 1 dosena

MGA INGREDIENTS:
- 1 tasang Oats (mabilis o makaluma, hindi luto), hinati
- 2 tbsp. nakaimpake na brown sugar
- 1 tasang all-purpose na harina
- 1 tasa ng butil na asukal
- 1 tbsp. baking powder kutsarita asin (opsyonal)
- 1 tasa ng skim milk
- 2 egg whites o cup egg substitute na may yolk o 1 egg
- 2 tbsp. langis ng canola
- 1 tsp. gadgad na balat ng lemon
- 1 tsp. banilya
- 1 tasang sariwa o frozen na blueberries (huwag lasaw)

INSTRUCTIONS:
a) Painitin ang oven sa 400°F. Mag-spray ng 12 medium mu n cup na may cooking spray; itabi.
b) Para sa topping, pagsamahin ang cup oats at brown sugar; itabi.
c) Sa malaking mangkok, pagsamahin ang natitirang 1 tasang oats sa natitirang mga tuyong sangkap; haluing mabuti. Sa maliit na mangkok, pagsamahin ang gatas, kapalit ng itlog, langis, balat ng lemon at banilya; haluing mabuti. Idagdag sa mga tuyong sangkap; haluin lang hanggang mamasa. (Huwag mag-overmix.) Dahan-dahang ihalo ang mga berry. Punan ang mga mu n tasa na halos mapuno; budburan ng topping.
d) Maghurno ng 18 hanggang 22 minuto o hanggang sa matingkad na ginintuang kayumanggi. Palamigin ang mu ns sa kawali sa wire rack 5 minuto. Alisin sa kawali. Ihain nang mainit.

60. Apricot Oatmeal Muffins

Gumagawa: 1 dosena

MGA INGREDIENTS:
- 1 tasang Oats (mabilis o makaluma, hindi luto)
- 1 tasang low-fat buttermilk
- 1 tasang egg substitute o 2 egg whites, bahagyang pinalo
- 2 kutsarang margarin, natunaw
- 1 cup all-purpose our
- 1 tasang tinadtad na pinatuyong mga aprikot tasa ng tinadtad na mani (opsyonal)
- 3 kutsarang butil na asukal
- 1 kutsarita baking powder kutsarita baking soda kutsarita asin (opsyonal)

INSTRUCTIONS:
a) Painitin ang oven sa 400°F. Bahagyang i-spray ang labindalawang medium mu n cup na may cooking spray.
b) Sa medium bowl, pagsamahin ang mga oats at buttermilk; haluing mabuti. Hayaang tumayo ng 10 minuto. Haluin ang egg substitute at margarine hanggang sa maghalo.
c) Sa malaking mangkok, pagsamahin ang aming mga aprikot, mani, asukal o pampatamis, baking powder, baking soda at asin; haluing mabuti. Magdagdag ng pinaghalong oat nang sabay-sabay; haluin lamang hanggang sa mabasa ang mga tuyong sangkap . (Huwag mag-overmix.) Punuin ang mu n tasa na halos mapuno.
d) Maghurno ng 20 hanggang 25 minuto o hanggang sa ginintuang kayumanggi. Cool mu ns sa pan sa wire rack 5 minuto; alisin sa kawali. Ihain nang mainit.

61. Oatmeal na Salmon Loaf

Gumagawa: 8 servings

MGA INGREDIENTS:
SAUCE
- 1 tasa ng frozen na mga gisantes, lasaw
- 1 tasa plain low-fat yogurt
- 1 kutsarang Dijon-style mustard
- 1 kutsarang tinadtad na sariwang dill weed o 1 kutsarita ng tuyo na dill Black pepper, sa panlasa

Tinapay
- 2 lata (15 oz. bawat isa) salmon, pinatuyo, inalis ang balat at buto
- 1 tasang ginutay-gutay na karot
- 1 tasang Oats (mabilis o makaluma, hindi luto)
- 1 tasa ng plain low-fat yogurt cup na hiniwang berdeng sibuyas
- 1 lata (2 oz.) hiniwang hinog na olibo (opsyonal)
- 3 puting itlog, bahagyang pinalo
- 1 tasang tinadtad na berdeng paminta
- 1 kutsarang Dijon-style mustard na kutsarita ng itim na paminta

INSTRUCTIONS:
a) Para sa sarsa, pagsamahin ang lahat ng sangkap sa maliit na mangkok; haluing mabuti. Takpan at palamigin.
b) Painitin ang oven sa 350°F. I-spray ang 8 x 4-inch o 9 x 5-inch na loaf pan na may cooking spray.
c) Para sa tinapay, pagsamahin ang lahat ng sangkap ng tinapay sa malaking mangkok; ihalo nang bahagya ngunit lubusan. Pindutin sa kawali; maghurno ng 50 hanggang 60 minuto o hanggang sa matingkad na ginintuang kayumanggi. Hayaang tumayo ng 5 minuto bago hiwain. Ihain kaagad na may kasamang sarsa.

62. Oatmeal Brownies

Gumagawa: 24 bar

MGA INGREDIENTS:
- 1 tasa ng langis ng gulay
- 3 parisukat (3 onsa) na walang tamis na tsokolate
- 1 tasang butil na asukal tasa ng mansanas
- 4 na puti ng itlog o 2 itlog, bahagyang pinalo
- 1 kutsarita ng vanilla
- 1 tasang Oats (mabilis o makaluma, hindi luto)
- 1 cup all-purpose our
- 1 kutsarita baking powder kutsarita asin (opsyonal)
- 1 kutsarang may pulbos na asukal

INSTRUCTIONS:
a) Painitin ang oven sa 350°F. Bahagyang i-spray ang ilalim lamang ng 13 x 9-inch baking pan na may cooking spray.
b) Sa malaking kasirola, painitin ang mantika at tsokolate sa mahinang apoy hanggang sa matunaw ang tsokolate , madalas na hinahalo. Alisan sa init. Haluin ang butil na asukal at sarsa ng mansanas hanggang sa matunaw ang asukal . Paghaluin ang mga puti ng itlog at banilya hanggang sa ganap na maghalo.
c) Magdagdag ng pinagsamang oats, aming, baking powder at asin ; haluing mabuti. Ikalat nang pantay-pantay sa kawali.
d) Maghurno ng 22 hanggang 25 minuto o hanggang ang mga gilid ay magsimulang humiwalay sa mga gilid ng kawali.
e) Palamig nang lubusan sa kawali sa wire rack. Gupitin sa mga bar. Mag-imbak ng mahigpit na sakop.
f) Budburan ng powdered sugar bago ihain.

63. Nawawalang Oatmeal Raisin Cookies

Gumagawa: 4 dosena

MGA INGREDIENTS:
- 1 lb (2 sticks) margarine o mantikilya, pinalambot
- 1 tasang rmly nakaimpake na brown sugar tasa ng butil na asukal
- 2 itlog
- 1 kutsarita ng vanilla
- 1 tasang all-purpose our
- 1 kutsarita ng baking soda
- 1 kutsarita ground cinnamon kutsarita asin (opsyonal)
- 3 tasang Oats (mabilis o makaluma, hindi luto)
- 1 tasang pasas

INSTRUCTIONS:
a) Painitin ang oven sa 350°F. Sa malaking mangkok, talunin ang margarine at asukal hanggang sa mag-atas. Magdagdag ng mga itlog at banilya; matalo ng maayos. Magdagdag ng pinagsamang aming, baking soda, cinnamon at asin; haluing mabuti. Magdagdag ng mga oats at pasas; haluing mabuti.
b) I-drop ang kuwarta sa pamamagitan ng bilugan na mga kutsarang puno sa hindi nalinis na mga cookie sheet.
c) Maghurno ng 10 hanggang 12 minuto o hanggang sa matingkad na ginintuang kayumanggi. Palamig ng 1 minuto sa mga cookie sheet; alisin sa wire rack. Ganap na cool. Mag-imbak ng mahigpit na sakop.

64. Mga hilaw na berry chips

Servings: 6-8

MGA INGREDIENTS:
- 30 ounces halo-halong berries (strawberries, blueberries, raspberries)
- 2 tasang hilaw na walnut o hilaw na pecan
- 1/4 tasa hilaw na oatmeal
- 2 kutsarang maple syrup
- 1/4 tsp sibuyas na pulbos

Direksyon:

a) Sa isang malaking mangkok, paghaluin ang hiniwang mga strawberry at iba pang mga hugasan na berry.
b) Ihanda ang topping sa isang food processor, pulsing ang lahat ng sangkap hanggang sa pagsamahin lamang.
c) Sa isang 1.4-litro na casserole dish, idagdag ang karamihan sa pinaghalong berry, na nag-iiwan ng mga ilang kutsara. Ikalat nang pantay-pantay.
d) Ngayon ibuhos ang karamihan sa mga topping sa ibabaw ng mga berry, magreserba ng ilang kutsara.
e) Ngayon iwiwisik ang natitirang mga berry sa itaas at sa wakas ang natitirang bahagi ng topping.
f) Ihain kaagad o ilagay sa refrigerator sa loob ng 1 oras.

65. Hilaw na Buckwheat Turmeric Sinigang

MGA SERBISYO 1

MGA INGREDIENTS:
- 1/2 tasa ng hilaw na buckwheat groats
- 1/3 tasa ng oat, almond, o soy milk
- 1 saging, binalatan at tinadtad
- 1/3 kutsarita ng ground turmeric
- 1 kurot ng ground black pepper

Mga direksyon

a) Idagdag ang lahat ng iyong **INGREDIENTS:** sa iyong blender jar o hand blender jar at haluin na parang wala nang bukas. Ang isang maliit na processor ng pagkain ay paghaluin ito, ngunit maaaring hindi mo ito makuha nang kasingkinis.
b) Ihain, nilagyan ng lahat ng ninanais ng iyong puso.
c) Masarap ang sariwang prutas, malutong na granola, cacao nibs, at toasted nuts.

66. Almusal Zinger Bar

Para sa 5-6 servings

MGA INGREDIENTS:
- 10 pitted Medjool date
- 1/4 tasa ng mga gintong berry
- 1 tasang gluten-free oatmeal
- sarap ng lemon

Mga direksyon

a) Ilagay ang mga oats sa iyong food processor at iproseso hanggang sa maputol ang mga oats sa maliliit na piraso.

b) Idagdag ang mga gintong berry, petsa, at lemon at iproseso hanggang sa malagkit ang timpla.

c) Kapag ang timpla ay malagkit, pagkatapos ay hugis ito ng mga bar.

d) Palamigin ang mga tuktok sa loob ng isang linggo. Huwag mag-atubiling doblehin ang dami para makagawa ng mas maraming Zinger Bar!

67. Coconut Oatmeal Cookies

Servings: 24

INGREDIENTS ::
- 1 1/4 tasa ng gluten-free na rolled oats
- 1/4 tasa ng non-dairy milk
- 1/2 tasa ng asukal sa niyog
- 2 kutsarita ng ground flax seed
- 6 na kutsarang sabaw ng gulay
- 1/3 tasa ng almond butter
- 1/2 tasa hinimay na niyog
- 1 kutsarita vanilla extract
- 1/4 kutsarita ng asin

INSTRUCTIONS:

a) Painitin muna ang oven sa 325 °F.
b) Sa isang kasirola, haluin ang non-dairy milk at ground flaxseeds nang magkasama habang patuloy na hinahalo. Kapag kumulo na ang timpla, alisin ito sa apoy at itabi.
c) Sa isang mixing bowl, pagsamahin ang kalahati ng maple syrup, vegetable broth, at almond butter.
d) Paghaluin ang pinaghalong flax, asin, at vanilla extract. Paghaluin ang mga oats, niyog, at natitirang syrup hanggang sa mahusay na pinagsama. Maghintay hanggang ang masa ay napakakapal.
e) I-scoop ang kuwarta sa isang baking sheet na humigit-kumulang 2 pulgada ang layo gamit ang isang scoop o kutsara.
f) Maghurno hanggang sa bahagyang browned ang ibaba at hayaang lumamig nang lubusan bago ihain.

68. Santa Fe Black Bean Burger

Servings: 2

INGREDIENTS ::
- 14oz organic black beans, pinatuyo at binanlawan
- 2 kutsarang sabaw ng gulay
- 1/4 tasa ng oats, pinagsama
- 1/2 kutsarita ng bawang pulbos
- 1/4 tasa ng flax meal
- 1/4 tasa chunky salsa
- 1 kutsarita ng kumin
- 1/2 kutsarita ng cayenne
- 1/2 kutsarita ng pink na asin
- Cornmeal, para sa pag-aalis ng alikabok

INSTRUCTIONS:
a) I-mash ang black beans gamit ang isang tinidor sa isang medium-sized na mixing bowl. Maaari kang mag-iwan ng ilang piraso para sa texture.
b) Pagsamahin ang mga oats, almond flour, pampalasa, asin, at salsa sa isang mixing bowl. Haluin muli, at huwag mag-atubiling gamitin ang iyong mga kamay.
c) Magdagdag pa ng flax meal o almond flour kung masyadong basa ang timpla. Suriin ang lasa.
d) Hatiin ang timpla at hubugin ito sa mga patties ng iyong nais na laki. Banayad na alikabok ng cornmeal kung ninanais.
e) Stovetop: Sa isang medium na kawali, painitin ang 2 kutsarang sabaw ng gulay. Magluto ng humigit-kumulang 5 minuto sa bawat panig.
f) Oven (walang langis): Painitin muna ang oven sa 350 °F. Iguhit ang isang baking sheet na may parchment paper, pagkatapos ay ilagay ang mga patties dito. Maghurno ng 10-15 minuto sa gitnang rack ng oven, pagkatapos ay i-flip at ulitin.

69. 7 butil na oatmeal na cake

Ginagawa: 1 cake

INGREDIENTS ::
- KREAM MAGKASAMA:
- 1 tasa AM Canola Oil
- 2 tasang maple syrup
- 1½ kutsarita ng Vanilla MIX HANGGANG MAKINIS:
- 2 tasa AM Unbleached White Flour
- ⅜ tasa ng AM Soy Flour
- ½ tasa ng malamig na tubig
- ½ tasa ng soy milk
- 1½ kutsarita Grated lemon balat
- 1½ kutsarita Sea salt (opsyonal)
- 3 puti ng itlog
- 2 kutsarita ng kanela
- 2 kutsarita Non-alum baking powder Ihalo ANG ITAAS 2 HALONG MAGSAMA AT DAGDAG:
- 1 tasang Niluto AM 7 Grain Cereal
- 5 tasang AM rolled Oats
- ½ tasang pasas (opsyonal)
- ½ tasang tinadtad na mani

INSTRUCTIONS:

a) Haluing mabuti at punuin ang may langis na kawali ng cake na ¾ puno. Maghurno 350 F. hanggang sa matingkad na ginintuang kayumanggi. Ito ay hindi isang napakatamis na cake. Maaaring ihain kasama ng apple butter, honey, atbp.

70. Amish oatmeal cake

Gumagawa: 12 Servings

INGREDIENTS ::
- 1 tasang Hindi luto 1 min mabilis na oatmeal
- 1½ tasa ng tubig na kumukulo
- 1½ tasang harina
- ½ kutsarita ng baking soda
- ½ kutsarita ng kanela
- ½ kutsarita ng Nutmeg
- ½ kutsarita ng Asin
- ½ tasa ng mantikilya; lumambot
- 1 kutsarita Vanilla extract
- 1 tasang brown sugar
- 1 tasang Granulated sugar
- 2 itlog

INSTRUCTIONS:

a) Ilagay ang mga oats sa isang maliit na mangkok at ibuhos ang tubig na kumukulo sa kanila. Hayaang tumayo ng 20 minuto. Painitin muna ang hurno sa 350 F. Salain ang harina, baking soda, cinnamon, nutmeg, at asin sa wax paper. Itabi. Sa isang malaking mangkok ng paghahalo, talunin ang mantikilya hanggang sa mag-atas. Idagdag ang vanilla at unti-unting idagdag ang mga sugars, paghaluin hanggang mahimulmol. Talunin ang mga itlog sa halo nang paisa-isa. Idagdag ang pinaghalong oatmeal at timpla. Idagdag ang pinaghalong harina at timpla muli. Ibuhos ang batter sa isang nilalangang 13 x 8-pulgadang kawali. Maghurno ng 35 minuto, o hanggang sa bumabalik ang tuktok ng cake kapag hinawakan ng dulo ng daliri.

71. Cake ng cocoa oatmeal

Gumagawa ng: 1 Servings
INGREDIENTS ::

- 1¼ tasa ng tubig na kumukulo
- 1½ tasa Mabilis na pagluluto ng mga rolled oats
- 1½ tasa All purpose o unbleached na harina
- 2 kutsarang Cocoa
- 1 kutsarita ng baking soda
- 1 kutsarita ng baking powder
- 1 kutsarita ng kanela
- 1 gitling Asin
- ½ tasa ng margarin o mantikilya; lumambot
- 1 tasa Matatag na nakaimpake na brown sugar
- ½ tasang Asukal
- 2 itlog
- ½ tasang pasas
- 2 kutsarang Margarine o mantikilya; lumambot
- ¾ tasa Matigas na nakaimpake na brown sugar
- 2 kutsarang Gatas
- 1 tasang Crisp rice cereal

CAKE
TOPPING

INSTRUCTIONS:

a) Painitin ang oven sa 350F. Grasa at harina na 13 x 9-inch na kawali. Sa medium bowl, pagsamahin ang kumukulong tubig at mga rolled oats; hayaang tumayo ng 20 minuto. Banayad na kutsara ang harina sa panukat na tasa; level off. Sa medium bowl, pagsamahin ang harina, cocoa, baking soda, baking powder, cinnamon at asin. Sa malaking mangkok, pagsamahin ang margarine, brown sugar, asukal at itlog; talunin hanggang mag-atas. Magdagdag ng pinaghalong oat at pinaghalong harina; haluing mabuti. Haluin ang mga pasas. Ikalat sa inihandang kawali. Maghurno sa 350 sa loob ng 30 hanggang 35 minuto o hanggang malinis ang toothpick na ipinasok sa gitna.

b) Sa maliit na mangkok, pagsamahin ang topping **INGREDIENTS : ;** timpla ng mabuti. Sandok nang pantay-pantay sa mainit na cake. Iprito ang 6 hanggang 8 pulgada mula sa init sa loob ng 1 hanggang 2 minuto o hanggang sa bubbly ang topping. Alisin mula sa oven; kung kinakailangan, ikalat ang topping upang takpan ang tuktok ng cake. Ganap na cool.

72. Coconut pecan oatmeal cake

Gumagawa: 12 servings

INGREDIENTS ::
- 1⅓ tasang harina
- 1 kutsarita ng baking soda
- ½ kutsarita ng baking powder
- 1 kutsarita ng Asin
- ½ kutsarita Ground cinnamon
- 1 tasang Rolled oats
- 8 kutsarang unsalted butter -- sa kwarto
- 6 na kutsarang unsalted butter -- sa room temp
- 1 tasang brown sugar
- ¼ tasa Milk temp
- 1 tasang Asukal
- 3 kutsarang Asukal
- 2 kutsarita ng vanilla extract
- 2 malalaking Itlog -- sa temperatura ng silid.
- 1⅓ tasa ng tubig na kumukulo
- 1 kutsarita Vanilla extract
- ½ tasang Pecans -- tinadtad
- ½ tasang niyog -- ginutay-gutay

CAKE

TOPPING

INSTRUCTIONS:

a) Painitin muna ang oven sa 350. Bahagyang grasa ang isang 11 x 7 baking pan na may mantikilya o mantika. Para sa cake, salain ang harina, baking soda, baking powder, asin at kanela sa isang maliit na mangkok. Ilagay ang mga oats sa isang medium size na mangkok. Pagsamahin ang mantikilya, asukal, at banilya sa pangalawang katamtamang laki ng paghahalo na mangkok na may electric mixer sa katamtamang bilis hanggang sa magaan at malambot, mga 2 minuto. Itigil ang panghalo nang dalawang beses upang simutin ang mangkok gamit ang isang rubber spatula. Idagdag ang mga itlog nang paisa-isa sa pinaghalong mantikilya at ihalo sa katamtamang bilis pagkatapos ng bawat karagdagan hanggang sa timpla, 10 segundo. Kuskusin ang mangkok sa bawat oras. Ibuhos ang kumukulong tubig sa oatmeal at haluin ng maraming beses gamit ang isang kahoy na kutsara. Idagdag ang oatmeal sa pinaghalong itlog at ihalo sa katamtamang bilis hanggang sa timpla, mga 6 hanggang 7 segundo. Bahagyang tiklupin ang mga tuyong sangkap sa pamamagitan ng kamay gamit ang spatula, gamit ang ilang malawak na paghampas.

b) Pagkatapos ay haluin sa katamtamang bilis hanggang ang lahat ng mga sangkap ay pinaghalo , mga 10 segundo. Kuskusin ang mangkok. Ibuhos ang batter sa inihandang kawali. I-bake ang cake sa center oven rack hanggang sa maging ginintuang ang tuktok at bumalik sa pagpindot, 25 hanggang 30 minuto. Alisin ang cake mula sa oven at hayaang lumamig ng 15 minuto. Samantala, ihanda ang topping. Ilagay ang lahat ng mga sangkap sa isang medium-size na mangkok ng paghahalo at pukawin nang masigla gamit ang isang whisk hanggang sa sila ay pinaghalo. Painitin muna ang broiler. Ikalat ang topping sa ibabaw ng cake gamit ang isang spatula, pagkatapos ay ilagay ang cake sa isang cookie sheet. Ilagay ang cake sa center rack. Habang nakabukas ang pinto ng oven o broiler, iprito, paikutin ang kawali nang ilang beses, hanggang sa bula ang topping sa malalim na ginintuang kulay, 5 hanggang 6 minuto.

73. Lazy daisy oatmeal cake

Gumagawa ng: 1 9\" cake

INGREDIENTS ::
- 1¼ tasa ng tubig na kumukulo
- 1 tasang Quaker Oats, hindi luto (mabilis o makaluma)
- ½ tasa mantikilya o margarin; malambot
- 1 tasang Granulated sugar
- 1 tasa Brown sugar, mahigpit na nakaimpake
- 1 kutsarita ng Vanilla
- 2 itlog
- 1½ tasa Inalaang all-purpose na harina
- 1 kutsarita ng Soda
- ½ kutsarita ng Asin
- ¾ kutsarita ng kanela
- ¼ kutsarita ng Nutmeg
- ¼ tasa mantikilya o margarin; natunaw
- ½ tasa ng brown sugar, mahigpit na nakaimpake
- 3 kutsara Half at kalahati o light cream
- ½ tasang tinadtad na nutmeat
- ¾ tasa Tinapak o ginutay-gutay na niyog

INSTRUCTIONS:
CAKE
TAMAD DAISY FROSTING

a) Para sa cake, ibuhos ang tubig na kumukulo sa mga oats; haluin upang pagsamahin. Takpan at hayaang tumayo ng 20 minuto. Talunin ang mantikilya hanggang mag-atas; unti-unting magdagdag ng mga asukal, matalo hanggang mahimulmol. Haluin sa vanilla at itlog. Magdagdag ng pinaghalong oats; timpla ng mabuti. Paghaluin ang harina, soda, asin at pampalasa. Idagdag sa creamed mixture; timpla ng mabuti.
b) Ibuhos ang batter sa isang well-greased at floured 9-inch square baking pan.
c) Maghurno sa preheated moderate oven (350 F.) 50 hanggang 55 minuto. Huwag tanggalin ang cake sa kawali.

d) Para sa frosting, pagsamahin ang lahat ng sangkap. Ikalat nang pantay-pantay sa ibabaw ng cake. Iprito hanggang sa maging bubbly ang frosting. Ihain nang mainit o malamig.
e) COCOA OATMEAL CAKE: Dagdagan ang kumukulong tubig sa 1-⅓ tasa sa recipe sa itaas. Gumamit ng 3 kutsarang kakaw bilang kapalit ng cinnamon at nutmeg.
f) Maghanda at maghurno tulad ng nasa itaas.

74. Oatmeal coconut cake

Gumagawa: 8 Servings

INGREDIENTS ::
- 1¼ tasa ng tubig na kumukulo
- 1 tasang hilaw na oatmeal
- ½ tasa mantikilya o margarin
- 1 tasang Asukal
- 1 tasa Brown sugar, mahigpit na nakaimpake
- 1 kutsarita ng Vanilla
- 2 itlog
- 1½ tasang harina
- 1 kutsarita ng baking soda
- ½ kutsarita ng Asin
- ¾ kutsarita ng kanela
- ¼ kutsarita ng Nutmeg
- ¼ tasa ng tinunaw na mantikilya o margarin
- ½ tasa ng brown sugar, mahigpit na nakaimpake
- 3 kutsara Half at kalahati o light cream
- ½ tasang tinadtad na mani
- ¾ tasa flaked coconut

INSTRUCTIONS:
CAKE
TOPPING

a) Para sa cake: Ibuhos ang kumukulong tubig sa mga oats na haluin upang pagsamahin, takpan at hayaang tumayo ng 20 minuto. Talunin ang mantikilya hanggang sa mag-atas unti-unting magdagdag ng mga asukal na matalo hanggang sa malambot. Haluin ang vanilla at itlog, idagdag sa pinaghalong oats at haluing mabuti. Sa hiwalay na mangkok, pagsamahin ang harina, soda, asin at pampalasa at idagdag sa creamed mixture, ihalo nang maigi. Ibuhos ang batter sa isang well greased at floured 9"x13" baking pan. Maghurno sa 350 degrees para sa 50 hanggang 55 minuto.

b) Para sa Topping: Pagsamahin ang lahat ng sangkap na kumalat nang pantay-pantay sa cake at iprito hanggang sa maging bubbly ang frosting.

75. Oatmeal spice cake

Gumagawa: 6 na servings

INGREDIENTS ::
- 2½ tasa ng mainit na tubig
- 3½ Sticks Mantikilya
- 2 tasang Quaker Oats
- 2 tasang Asukal
- 3½ tasang Brown Sugar
- 4 na Itlog
- ½ kutsarita ng Asin
- 2 kutsarita ng Baking Soda
- 2 kutsarita ng kanela
- 3 tasang harina
- 1½ tasang Pecans
- 2 tasang niyog
- ½ tasang Gatas
- 1 tasang pasas

INSTRUCTIONS:
a) Painitin ang hurno sa 350 Pagsamahin: Tubig, oats, at 2 stik ng mantikilya at hayaang tumayo ng 20 min. Magdagdag ng 2 tasa bawat isa ng puti at kayumangging asukal, 4 na itlog, at timpla sa asin, kanela, at 3 tasa ng harina. Haluing mabuti.
b) Haluin sa isang tasa o higit pa ng mga pasas at ibuhos sa isang 9 X 13 na kawali at maghurno ng 55 min. Palamigin bago ikalat sa frosting.
c) FROSTING: Sa isang 2½ quart sauce pan, pagsamahin ang 1 ½ tasa ng brown sugar, 1 ½ stick ng mantikilya, niyog, 1 ½ tasang pecan at ½ tasa ng gatas at init hanggang sa maihalo.
d) Pagkatapos i-frost ang cake, ilagay ito sa ilalim ng broiler sa loob ng 2 hanggang 5 min. para i-toast ang niyog.

76. Oatmeal applesauce cake

Gumagawa: 10 Servings

INGREDIENTS ::
- 2 tasang Flour, sinala
- 1 tasang oatmeal
- 2 kutsarita ng baking soda
- ¼ kutsarita ng Asin
- 2 kutsarita ng kanela
- 1 kutsarita cloves, giniling
- 2 tasang mani; tinadtad
- ¼ kutsarita ng Nutmeg, giniling
- 2 tasang pasas; tinadtad
- 1 tasang Petsa; tinadtad
- ½ tasa Shortening
- ¾ tasa ng asukal, kayumanggi
- 2 Itlog; buti pinalo
- 2 tasang Applesauce, makapal

INSTRUCTIONS:

a) Paghaluin ang harina, oatmeal, soda, asin at pampalasa; ihalo ang halos kalahating tasa sa mga mani at prutas.

b) Cream ang shortening hanggang malambot at makinis; unti-unting idagdag ang asukal, mag-cream hanggang mahimulmol, pagkatapos ay talunin ang mga itlog.

c) Idagdag ang pinaghalong harina na halili sa sarsa ng mansanas, matalo nang maayos pagkatapos ng bawat karagdagan; talunin sa pinaghalong fruit-nut.

d) Gawing greased loaf pan at maghurno sa moderately slow oven (325 F.) mga 1 oras.

77. Blueberry Rhubarb Pie

Gumagawa: 7 Servings

INGREDIENTS :: _
PIE FILLING:
- 4 na tasang tinadtad, sariwang rhubarb
- 2 tasang sariwang blueberries
- 2 kutsarang tinunaw na mantikilya
- 1-⅓ tasang puting asukal
- ⅔ apat na tasa

CRUMBLE TOP:
- ½ tasa (1 stick) tinunaw na mantikilya
- 1 tasang harina
- 1 tasang oats
- 1 tasang pinindot na brown sugar
- 1 kutsarita ng kanela

INSTRUCTIONS:

PIE FILLING:
a) I-spray ang ilalim ng 9" deep dish pie pan na may spray.
b) Lagyan ng pie crust ang kawali . Kung gagawa ng crumble top, i-flute ang mga gilid ng crust bago punan.
c) Ikalat ang ¼ tasa ng harina nang pantay-pantay sa ilalim ng pie crust bago magdagdag ng pie filling.
d) Pagsamahin ang lahat ng pie filling **INGREDIENTS :** , at pindutin sa pie crust.

CRUMBLE TOP:
e) Pagsamahin ang lahat ng mga sangkap hanggang sa halo-halong mabuti at gumuho.

PAGBABA:
f) Magdagdag ng crumble top sa pagpuno ng pie, kumalat nang pantay-pantay. Kung gumagamit ng isang pie crust sa itaas, itabi ang buong pie filling, at pindutin ang mga gilid ng tuktok na pie crust sa ilalim na crust, i-flute ang mga gilid. Gumawa ng mga slits sa tuktok na crust upang payagan ang pie sa singaw. I-spray ang tuktok na crust ng pan spray at iwiwisik ng mabuti ang 5 tablespoons ng asukal sa hilaw.
g) Takpan ng tin foil, at maghurno sa 350 degrees sa loob ng 1 oras (mas mababa kung gumagamit ng convection oven)
h) Hayaang lumamig nang lubusan ang pie bago ihain.

78. Apple Pie

Gumagawa: 7 Servings

INGREDIENTS :: _

PIE FILLING:
- 8 Granny Smith Apples, binalatan at hiniwa (7 mansanas kung ang mga mansanas ay napakalaki)
- 2 kutsarang tinunaw na mantikilya
- ⅔ tasa ng harina
- 1 tasang puting asukal
- 1 kutsarita ng kanela

CRUMBLE TOP:
- ½ tasa (1 stick) tinunaw na mantikilya
- 1 tasang harina
- 1 tasang oats
- 1 tasang pinindot na brown sugar
- 1 kutsarita ng kanela

INSTRUCTIONS:
PIE FILLING:
a) I-spray ang ilalim ng 9" deep dish pie pan na may spray.
b) Lagyan ng pie crust ang kawali . Kung gagawa ng crumble top, i-flute ang mga gilid ng crust bago punan.
c) Ikalat ang ¼ tasa ng harina nang pantay-pantay sa ilalim ng pie crust bago magdagdag ng pie filling.
d) Pagsamahin ang lahat ng pie filling **INGREDIENTS :** , at pindutin sa pie crust. Ang pie ay magiging medyo malaki.

CRUMBLE TOP:
e) Pagsamahin ang lahat ng mga sangkap hanggang sa halo-halong mabuti at gumuho.

PAGBABA:
f) Magdagdag ng crumble top sa pagpuno ng pie, kumalat nang pantay-pantay. Kung gumagamit ng isang pie crust sa itaas, itabi ang buong pie filling, at pindutin ang mga gilid ng tuktok na pie crust sa ilalim na crust, i-flute ang mga gilid.
g) Gumawa ng mga slits sa tuktok na crust upang payagan ang pie sa singaw. I-spray ang tuktok na crust ng pan spray at iwiwisik ng mabuti ang 5 tablespoons ng asukal sa hilaw.
h) Takpan ng tinfoil, at maghurno sa 350 degrees sa loob ng 1 oras (mas mababa kung gumagamit ng convection oven)
  a) Hayaang lumamig nang lubusan ang pie bago ihain.

79. Peach Crumb Pie

Gumagawa ng 8 servings

INGREDIENTS :: _
- 1 1/4 tasang all-purpose na harina
- 1/4 kutsarita ng asin
- 1/2 kutsarita ng asukal
- 1/2 tasa ng vegan margarine, gupitin sa maliliit na piraso
- 2 kutsarang malamig na tubig, at higit pa kung kinakailangan
- hinog na mga milokoton, binalatan, pitted, at hiniwa
- 1 kutsarita ng vegan margarine
- 2 kutsarang asukal
- 1/2 kutsarita ng giniling na kanela

Topping
- ¾ tasang makalumang oats
- 1/3 tasa ng vegan margarine, pinalambot
- 2 kutsarang asukal
- 1 kutsarita ng giniling na kanela
- 1/4 kutsarita ng asin

INSTRUCTIONS:

a) Gawin ang crust: Sa isang malaking mangkok, pagsamahin ang harina, asin, at asukal. Gumamit ng pastry blender o tinidor upang hiwain ang margarine hanggang sa ang timpla ay maging katulad ng mga magaspang na mumo. Idagdag ang tubig nang paunti-unti at haluin hanggang sa magsimulang magkadikit ang kuwarta.

b) Paikutin ang kuwarta sa isang disk at balutin sa plastic wrap. Palamigin sa loob ng 30 minuto habang inihahanda mo ang pagpuno.

c) Painitin muna ang oven sa 425°F. I-roll out ang kuwarta sa isang lightly floured work surface sa halos 10 pulgada ang lapad. Ilagay ang kuwarta sa isang 9-inch na pie plate at gupitin at gupitin ang mga gilid. Ayusin ang mga hiwa ng peach sa crust. Dot na may margarine at budburan ng asukal at cinnamon. Itabi.

d) Gawin ang topping: Sa isang medium na mangkok, pagsamahin ang mga oats, margarine, asukal, kanela, at asin. Haluing mabuti at iwiwisik sa ibabaw ng prutas.
e) Maghurno hanggang ang prutas ay bubbly at ang crust ay ginintuang kayumanggi, mga 40 minuto. Alisin mula sa oven at palamig nang bahagya, 15 hanggang 20 minuto. Ihain nang mainit.

80. Walang Maghurno ng Sariwang Fruit Pie

Gumagawa ng 8 servings

INGREDIENTS :: _
- 1 1/2 tasang vegan oatmeal cookie crumbs
- 1/4 tasa ng vegan margarine
- 1 pound firm tofu, well drained and pressed (tingnan ang Tofu)
- ¾ tasa ng asukal
- 1 kutsarita purong vanilla extract
- 1 hinog na peach, pitted at gupitin sa 1/4-pulgada na hiwa
- 2 hinog na plum, pitted at gupitin sa 1/4-pulgadang hiwa
- 1/4 tasa na pinapanatili ng peach
- 1 kutsarita sariwang lemon juice

INSTRUCTIONS:
a) Magpahid ng 9-inch pie plate at itabi. Sa isang food processor, pagsamahin ang mga mumo at ang tinunaw na margarine at iproseso hanggang sa mabasa ang mga mumo . Pindutin ang pinaghalong mumo sa inihandang pie plate. Palamigin hanggang kailanganin.

b) Sa food processor, pagsamahin ang tofu, asukal, at banilya at iproseso hanggang makinis. Ikalat ang pinaghalong tofu sa pinalamig na crust at palamigin ng 1 oras.

c) Ayusin ang prutas na pandekorasyon sa ibabaw ng pinaghalong tofu. Itabi.

d) Sa isang maliit na mangkok na hindi tinatablan ng init, pagsamahin ang mga pinapanatili at lemon juice at microwave hanggang sa matunaw, mga 5 segundo. Haluin at ibuhos ang prutas. Palamigin ang pie nang hindi bababa sa 1 oras bago ihain upang palamigin ang pagpuno at itakda ang glaze.

81. Rhubarb Pie

Gumagawa: 7 Servings

INGREDIENTS :: _

PIE FILLING:
- 8 Granny Smith Apples, binalatan at hiniwa (7 mansanas kung ang mga mansanas ay napakalaki)
- 2 kutsarang tinunaw na mantikilya
- ⅔ tasa ng harina
- 1 tasang puting asukal
- 1 kutsarita ng kanela

CRUMBLE TOP:
- ½ tasa (1 stick) tinunaw na mantikilya
- 1 tasang harina
- 1 tasang oats
- 1 tasang pinindot na brown sugar
- 1 kutsarita ng kanela

INSTRUCTIONS:
PIE FILLING:
a) I-spray ang ilalim ng 9" deep dish pie pan na may spray.
b) Lagyan ng pie crust ang kawali . Kung gagawa ng crumble top, i-flute ang mga gilid ng crust bago punan.
c) Ikalat ang ¼ tasa ng harina nang pantay-pantay sa ilalim ng pie crust bago magdagdag ng pie filling.
d) Pagsamahin ang lahat ng pie filling **INGREDIENTS :** , at pindutin sa pie crust. Ang pie ay magiging medyo malaki.

CRUMBLE TOP:
e) Pagsamahin ang lahat ng mga sangkap hanggang sa halo-halong mabuti at gumuho.

PAGBABA:
f) Magdagdag ng crumble top sa pagpuno ng pie, kumalat nang pantay-pantay. Kung gumagamit ng isang pie crust sa itaas, itabi ang buong pie filling, at pindutin ang mga gilid ng tuktok na pie crust sa ilalim na crust, i-flute ang mga gilid.
g) Gumawa ng mga slits sa tuktok na crust upang payagan ang pie sa singaw. I-spray ang tuktok na crust ng pan spray at iwiwisik ng mabuti ang 5 tablespoons ng asukal sa hilaw.
h) Takpan ng tinfoil, at maghurno sa 350 degrees sa loob ng 1 oras (mas mababa kung gumagamit ng convection oven)
i) Hayaang lumamig nang lubusan ang pie bago ihain.

82. Tropical Coconut Pudding

Ginagawa: 2 Servings

INGREDIENTS :: _
- ¾ tasa ng makalumang gluten-free oats
- ½ tasang hindi matamis na ginutay-gutay na niyog
- 2 tasang tubig
- 1¼ tasang gata ng niyog
- ½ kutsarita ng giniling na kanela
- 1 saging, hiniwa

INSTRUCTIONS:
a) Gamit ang isang mangkok, pagsamahin ang mga oats, niyog, at tubig. Takpan at palamigin magdamag.
b) Ilipat ang halo sa isang maliit na kasirola.
c) Idagdag ang gatas, at kanela, at kumulo ng mga 12 minuto sa katamtamang init.
d) Alisin mula sa init, at hayaang tumayo ng 5 minuto.
e) Hatiin sa pagitan ng 2 mangkok at itaas ang mga hiwa ng saging.

83. Oatmeal cinnamon ice cream

Gumagawa ng humigit-kumulang 1 quart

INGREDIENTS :: _
- Blangkong Ice Cream Base
- 1 tasang oats
- 1 kutsarang giniling na kanela

INSTRUCTIONS:
a) Ihanda ang blangko na base ayon sa mga tagubilin.
b) Sa isang maliit na kawali sa katamtamang init, pagsamahin ang mga oats at cinnamon. Toast, regular na hinahalo, sa loob ng 10 minuto, o hanggang sa browned at mabango.
c) Upang mag-infuse, idagdag ang toasted cinnamon at oats sa base habang lumalabas ang mga ito sa kalan at hayaang matarik nang mga 30 minuto. Gamit ang isang mesh strainer na itinakda sa ibabaw ng isang mangkok; pilitin ang solids, pagdiin upang matiyak na makakakuha ka ng mas maraming flavored cream hangga't maaari. Maaaring dumaan ang kaunting oatmeal pulp, pero okay lang—masarap! Ireserba ang mga solidong oatmeal para sa recipe ng oatmeal!
d) Mawawalan ka ng ilang halo sa pagsipsip, kaya ang Mga Make sa ice cream na ito ay magiging bahagyang mas mababa kaysa karaniwan.

e) Itabi ang halo sa iyong refrigerator magdamag. Kapag handa ka nang gawin ang ice cream, haluin muli ito gamit ang immersion blender hanggang makinis at mag-atas.
f) Ibuhos sa isang tagagawa ng ice cream at i-freeze ayon sa mga tagubilin ng gumawa. Itabi sa isang lalagyan na hindi tinatagusan ng hangin at i-freeze magdamag.

84. Mga Pancake ng Banana Oatmeal

Servings: 6

INGREDIENTS ::
- 1 hinog na saging
- 1 tasang gluten-free na rolled oats
- 1 kutsarita ng baking powder
- 1/2 tasa ng almond milk
- 1 kutsarita ng vanilla
- 2 kutsarang maple syrup
- 1/4 kutsarita ng asin
- Sabaw ng gulay, para sa pagluluto
- MAPLE syrup

INSTRUCTIONS:

a) Pagsamahin ang saging, roll oats, baking powder, almond milk, vanilla, maple syrup, at asin sa isang blender. Haluin ang **MGA INGREDIENTS NA ITO:** para sa hindi bababa sa 30 segundo hanggang sa ganap na makinis ang timpla.
b) Gamit ang isang brush ng sabaw ng gulay, painitin ang isang malaking nonstick skillet o kawali sa katamtamang init.
c) Lutuin hanggang sa maging golden brown ang mga gilid ng batter, mga 2-3 minuto.
d) Pagkatapos i-flip ang pancake, lutuin ng isa pang 2-3 minuto. Ulitin hanggang sa tumigas ang lahat ng batter.
e) Ibuhos ito ng maple syrup o mga prutas na gusto mo.

85. Apple-oatmeal waffles

Gumagawa: 12 Servings

INGREDIENTS ::
- 1 tasa Regular na oats
- 1⅔ tasang harina
- 2½ kutsarita Baking powder
- 1 kutsarita Ground cinnamon
- ½ kutsarita ng asin (opsyonal)
- 1 tasa ng nonfat milk
- ¼ tasa ng maple syrup
- ¼ tasa ng orange juice
- >o katas ng mansanas
- 1 malaking Itlog
- 3 malalaking puti ng itlog
- ¾ tasa ng maasim na mansanas -- tinadtad ng makinis
- ½ tasang pasas
- Mantikilya o margarin
- MAPLE syrup

INSTRUCTIONS:

a) Ikalat ang mga oats sa isang baking sheet; toast sa 350 oven, paminsan-minsang pagpapakilos, hanggang sa ginintuang (12-15 minuto). Paghaluin ang mga oats, harina, baking powder, cinnamon, at kung nais, asin sa isang malaking mangkok. Sa isang medium sized na mangkok, talunin ang gatas, syrup, juice, itlog at puti ng itlog hanggang sa mahalo. Haluin ang mansanas at pasas. Magdagdag ng pinaghalong itlog sa pinaghalong harina; haluin hanggang sa pantay na basa. 2. Painitin muna ang waffle iron na sumusunod sa mga direksyon ng tagagawa. Grasa na bakal; punan ang tatlong-kapat na puno ng batter. Maghurno hanggang sa ginintuang at malutong (6-8 minuto). Ilipat sa isang plato at panatilihing mainit-init sa isang 200 degree oven habang gumagawa ng natitirang mga waffle.

b) Mag-alok kasama ng mantikilya at syrup. Gumagawa ng mga labindalawang 4- pulgadang parisukat na waffle.

86. Mga apricot oatmeal linzer bar

Gumagawa: 48 Servings

INGREDIENTS ::
- 2 tasang Quaker oats (mabilis o makaluma); hindi luto)
- 2 tasa Ground almonds o pecans; hinati
- 1 tasang All-purpose na harina
- ½ kutsarita ng asin; (opsyonal)
- 1½ tasa; (3 sticks) mantikilya, pinalambot
- 1½ tasa Plus 1 kutsarang may pulbos na asukal; hinati
- 4 na pula ng itlog o 2 itlog; pinalo ng mahina
- 2 kutsarita ng Vanilla
- ½ kutsarita ng almond extract
- 1 garapon; (18-oz) na pinapanatili ang aprikot
- 1 tasa Pinong tinadtad na pinatuyong mga aprikot
- 2 kutsarang orange-flavored liqueur; (opsyonal)
- 1. Painitin ang oven sa 350ØF. Bahagyang lagyan ng mantika ang 13 x 9-inch baking pan.

INSTRUCTIONS:

a) 2. Sa katamtamang mangkok, pagsamahin ang mga oats, 1-½ tasang giniling na almendras, harina at asin; haluing mabuti. Itabi. Sa malaking mangkok, talunin ang mantikilya at 1-½ tasang powdered sugar hanggang mag-atas. Magdagdag ng mga yolks ng itlog, vanilla at almond extract; matalo ng maayos.
b) Gumalaw sa pinaghalong oat; haluing mabuti. Magreserba ng 1-⅓ tasa; ilagay sa maliit na mangkok at itabi. Ikalat ang natitirang pinaghalong oat sa inihandang kawali.
c) 3. Maghurno ng 13 hanggang 15 minuto o hanggang sa matingkad na kayumanggi. Palamigin ng 10 minuto sa wire rack.
d) 4. Sa maliit na mangkok, pagsamahin ang mga preserve, aprikot at liqueur; haluing mabuti. Ikalat nang pantay-pantay sa bahagyang inihurnong crust. Magdagdag ng natitirang ½ tasa ng ground almond sa nakareserbang pinaghalong oat; haluing mabuti. Magpatak ng ¼ kutsarita nang pantay-pantay sa pinaghalong apricot.
e) 5. Maghurno ng 30 hanggang 35 minuto o hanggang sa matingkad na kayumanggi. Palamig nang lubusan sa kawali sa wire rack. Iwiwisik nang pantay-pantay ang natitirang 1 kutsarang powdered sugar.
f) Gupitin sa mga bar. Mag-imbak ng mahigpit na sakop.

87. Itim na walnut oatmeal pie

Gumagawa: 1 servings

INGREDIENTS ::
- 3 Itlog, bahagyang pinalo
- 1 tasang brown sugar, nakaimpake
- ½ tasa ng maitim na mais syrup
- ½ tasang evaporated milk
- ½ tasa ng mabilis na pagluluto ng mga rolled oats
- ½ tasa ng magaspang na tinadtad na itim na walnut
- ¼ tasa (4 Tbs.) mantikilya, natunaw
- 1 kutsarita ng Vanilla
- asin
- Unbaked pastry para sa single-crust pie

Narito ang isa pang recipe ng Amish para sa lahat ng mga masochist na nasisiyahan sa paghihimay ng Black Walnuts.

INSTRUCTIONS:

a) Sa malaking mangkok ng paghahalo, pagsamahin ang mga itlog, asukal, syrup, gatas, oats, mani, mantikilya, banilya at ⅛ kutsarita ng asin, ihalo nang mabuti.

b) Linya ng 9-inch pie plate na may pastry, trim at flute edge. Ilagay ang plato sa oven rack at ibuhos sa pagpuno. Protektahan ang gilid ng pie gamit ang foil upang maiwasan ang sobrang browning. Maghurno sa 350F sa loob ng 25 minuto. Alisin ang foil.

c) Maghurno ng humigit-kumulang 25 minuto o hanggang sa itaas ay malalim na ginintuang kayumanggi at bahagyang puffy. Ang pagpuno ay bahagyang malambot, ngunit matigas habang lumalamig ito.

d) Ganap na cool.

88. Butterscotch oatmeal cookies

Gumagawa: 44 na cookies

INGREDIENTS ::
- ¾ tasa Shortening
- 2 kutsarita ng Asukal
- 1 Itlog
- 1 kutsarita ng Vanilla
- 1 pack Butterscotch pudding mix (4 serving)
- 1½ tasang oats
- 1 tasang harina
- ½ kutsarita ng Asin
- ½ kutsarita ng baking powder
- 1½ kutsarita Cream ng tartar

INSTRUCTIONS:

a) Painitin ang hurno sa 350 degrees F. Grasa ang mga cookie sheet. Cream shortening, asukal, itlog at banilya. Paghaluin ang dry pudding mix, oats, harina, asin, baking soda at cream ng tartar. Pukawin si dr **MGA INGREDIENTS:** sa creamed mixture. Pagulungin ang mixtire sa mga bola na halos 1½ ang diyametro.

b) Ilagay sa cookie sheet at patagin nang bahagya.

c) Maghurno ng mga 10 minuto.

89. Elegant na oatmeal custard

Gumagawa: 6 Servings

INGREDIENTS ::
- 8 Mga pula ng itlog
- 1 tasang Asukal
- ½ kutsarita ng kanela
- 1 litrong Gatas; napaso
- 1 kutsarita ng Vanilla
- 1 quart oatmeal; niluto at pinalamig
- 2 tasang Berries (para sa dekorasyon)

INSTRUCTIONS:

a) Pagsamahin ang yolks, asukal, at kanela. Paghaluin ang gatas at banilya. Tiklupin sa oatmeal. Maglagay ng 16oz ng mixture sa 2 tasang buttered ramekin at maghurno sa 350-degrees, sa water bath, sa loob ng 55-60 minuto. Ihain nang mainit o pinalamig, itaas na may mga berry.

90. Oatmeal crisps

Gumagawa: 60 Servings

INGREDIENTS ::
- 1½ tasang All-purpose na harina
- 1 kutsarita ng Asin
- 1 kutsarita ng baking soda
- 1 tasa Pagikli ng gulay; solid
- 1 tasa Banayad na kayumanggi asukal; nakaimpake
- ½ tasa Granulated sugar
- 1 kutsarita Vanilla extract
- 2 itlog
- 2 tasa Rolled oats; makaluma
- 2 tasang pasas; opsyonal

INSTRUCTIONS:

a) Pagsamahin ang harina, asin at baking soda. Painitin ang hurno sa 350 degrees F. Talunin ang shortening, sugars at vanilla sa isang malaking mangkok hanggang sa mag-atas. Talunin ang mga itlog hanggang sa magaan at malambot. Dahan-dahang talunin ang pinaghalong harina at rolled oats. Haluin ang mga pasas, kung ginagamit. I-drop sa pamamagitan ng well-rounded na kutsarita sa greased baking sheets. Maghurno ng 8 hanggang 10 minuto o hanggang sa ginintuang. Palamigin ang cookies sa mga sheet sa wire rack sa loob ng 2 minuto pagkatapos ay ilipat ang cookies sa wire rack para lumamig.

91. Honey oatmeal chewies

Gumagawa: 72 Cookies

INGREDIENTS ::
- 1¼ tasang Mantikilya Flavor Crisco
- 1 tasa ng Asukal, granulated
- ¼ tasa Honey
- 1 Itlog
- ¼ tasa ng Gatas
- 1 kutsarita ng Vanilla
- 2½ tasa ng harina, lahat ng layunin
- 1 kutsarita ng Baking Soda
- ½ kutsarita ng Asin
- 1 tasang oats, mabilis na pagluluto HINDI instant o makaluma
- 1 tasang niyog, tinadtad
- 1 tasang pasas
- ½ tasa ng mga piraso ng walnut
- ½ tasang mikrobyo ng trigo (opt)

INSTRUCTIONS:

Oras: 25 minuto Oras ng Paghurno: 11 hanggang 14 na Minuto

a) Painitin ang hurno sa 350 F.
b) Cream Butter Flavor Crisco, granulated sugar, brown sugar, honey, itlog, gatas at banilya sa malaking mangkok sa katamtamang bilis ng electric mixer hanggang sa maihalo.
c) Pagsamahin ang harina, baking soda at asin. Haluin sa creamed mixture.
d) Ihalo ang mga oats, niyog, pasas, walnut at mikrobyo ng trigo. Ihulog ang bilugan na kutsarita ng kuwarta sa ungreased baking sheet.
e) Maghurno sa 350 para sa 11 hanggang 12 minuto para sa malambot na cookies, 13 hanggang 14 minuto para sa malutong na cookies. Alisin sa cooling rack.

92. Jumbo fruited oatmeal cookies

Gumagawa: 18 servings

INGREDIENTS ::
- ¾ tasa ng mantikilya; lumambot
- 3 Itlog
- ¾ tasa Juice, mansanas, conc.
- 1½ kutsarita ng Vanilla
- 1½ tasang harina
- 1½ tasa ng oats
- ½ kutsarita ng baking soda
- ½ kutsarita ng Asin
- ½ kutsarita ng kanela, giniling
- ½ kutsarita Allspice, giniling
- 6 ounces Prutas, pinatuyong halo-halong
- ½ tasa ng mani, tinadtad
- Tumaga ng prutas.

INSTRUCTIONS:

a) Painitin ang hurno sa 350. Talunin ang mantikilya sa malaking mangkok hanggang sa mag-atas. Haluin ang mga itlog, apple juice concentrate, at vanilla. Magdagdag ng harina, oats, baking soda, asin, kanela, at allspice; haluing mabuti. Haluin ang pinatuyong prutas at mani. Maglagay ng kaunting ¼ tasa ng masa, 3" ang pagitan, sa mga cookie sheet na bahagyang pinahiran ng langis; patagin nang bahagya. Maghurno ng 12-14 minuto, hanggang sa bahagyang browned ang mga gilid.

b) Palamigin ng 1 minuto sa mga cookie sheet, pagkatapos ay ilipat sa mga wire rack upang ganap na lumamig. Iimbak sa masikip na takip na lalagyan.

93. No-bake oatmeal bar

Gumagawa: 1 servings

INGREDIENTS ::
- ½ tasang mantikilya
- ½ tasa ng brown sugar
- ½ tasa ng orange juice
- 3 kutsarang mikrobyo ng trigo
- 2 tasang Rolled oats
- 1 tasang Flake coconut
- ½ tasang tinadtad na mani
- ¼ tasa Sesame seeds

INSTRUCTIONS:

a) Matunaw ang mantikilya sa isang katamtamang laki na palayok ng sarsa . Idagdag ang brown sugar at orange juice at haluin hanggang matunaw ang asukal . Alisin sa apoy at idagdag ang wheat germ, oats, coconut, nuts at sesame seeds at haluing mabuti. Ikalat ang timpla sa isang 9" square glass baking dish at palamigin hanggang matigas. Gupitin sa mga parisukat at kainin!

94. Oatmeal whoopie pie

Gumagawa ng: 1 Servings

INGREDIENTS ::
- 2 tasang Brown sugar
- ¾ tasa Shortening
- 2 itlog
- ½ kutsarita ng Asin
- 1 kutsarita ng kanela
- 1 kutsarita ng baking powder
- 1 kutsarita ng baking soda
- 3 kutsarang tubig na kumukulo
- 2½ tasa ng harina
- 2 tasang oatmeal
- 2 puti ng itlog, pinalo
- 2 kutsarita ng Vanilla
- 4 na kutsarang harina
- 2 kutsarang 10X asukal
- 4 na kutsarang Gatas
- 1½ tasa Crisco solid shortening
- 4 tasa 10X asukal

INSTRUCTIONS:
a) Cream brown sugar at shortening. Magdagdag ng mga itlog at talunin. Magdagdag ng asin, kanela, at baking powder. I-dissolve ang baking soda sa kumukulong tubig at idagdag sa timpla. Magdagdag ng harina at oatmeal. Kutsara sa greased cookie sheet at maghurno ng 8 hanggang 10 minuto sa 350 degrees. Ganap na cool.
b) Punan, gamit ang pagpuno sa ibaba. Gumawa ng sandwich cookies. Talunin ang mga puti ng itlog, magdagdag ng vanilla, 4 na kutsarang harina, 2 kutsarang 10X asukal at gatas.
c) Magdagdag ng shortening at talunin ng mabuti. Magdagdag ng 4 tasa 10X asukal at talunin muli.
d) Gumawa ng mga sandwich.

95. Oatmeal na hawaiian bread

Gumagawa ng: 1 Servings

INGREDIENTS ::
4 na Itlog
1½ tasa ng Asukal
2½ tasa ng harina
2½ tasa (20 oz.) durog na pinya,
Natuyo
3 tasa (10 oz.) ng niyog
2 kutsarita ng soda
1½ tasang oats
2 kutsarita ng Asin

Pagsamahin ang mga itlog, asukal, at talunin hanggang lumiwanag. Salain ang harina, asin at soda; idagdag sa pinaghalong itlog at talunin hanggang makinis. Magdagdag ng natitirang sangkap at ihalo nang mabuti. Ilagay sa 9x5 loaf pan na may mantika at may harina. Maghurno sa 325 degrees 1 oras. Alisin kaagad mula sa mga kawali.

96. Oatmeal at sour-cherry soda bread

Ginagawa: 1 tinapay

INGREDIENTS ::

2 tasang Whole-wheat flour
1½ tasang Unsifted all-purpose flour
½ tasa Plus 1 T quick rolled oats
1 kutsarita ng Asin
1 kutsarita ng baking powder
1 kutsarita ng baking soda
¼ tasa ng pinatuyong maasim na seresa o maitim na walang binhing pasas
1 kutsarang Caraway seeds (opt.)
1 8-oz na lalagyan ng plain low-fat yogurt
¼ tasa Plus 1 T skim milk
2 kutsarang Honey

INSTRUCTIONS:

a) Painitin ang hurno sa 375'F. Grasa ang malaking baking sheet. Sa malaking mangkok, na may tinidor, pagsamahin ang whole-wheat at all-purpose flours, ½ C oats, ang asin, baking powder, baking soda, cherries, at caraway seeds, kung gusto.
b) Sa 2-cup glass measuring cup o maliit na mangkok, pagsamahin ang yogurt, ¼ C skim milk, at ang honey hanggang sa maihalo. Magdagdag ng pinaghalong yogurt sa mga tuyong sangkap at ihalo nang bahagya sa tinidor hanggang sa magkadikit ang timpla at maging malambot na masa; huwag mag-overmix.
c) Ilabas ang kuwarta sa bahagyang tinadtad na ibabaw. Malumanay na masahin ng 8 hanggang 10 beses o mga 30 segundo.
d) Hugis ang kuwarta sa isang 8-pulgadang bilog na tinapay at ilagay sa greased baking sheet. I-brush ang tinapay na may natitirang T skim milk at iwisik sa itaas ang natitirang kutsarang oats. Gamit ang kutsilyo, markahan ang tuktok ng tinapay sa quarters.
e) Maghurno ng tinapay sa loob ng 35 hanggang 40 minuto o hanggang sa mag-brown at magmumula ang tinapay kapag tinapik sa ibabaw. Palamig nang lubusan sa wire rack bago hiwain.

97. Oatmeal butter crackers

Gumagawa: 60 servings

INGREDIENTS ::
- 1½ tasang All-purpose na harina
- 1½ tasa Rolled oats (oatmeal)
- ½ kutsarita ng Asin
- 1 kutsarang Asukal
- 6 na kutsara (3/4 stick) mantikilya, natunaw at Pinalamig
- ½ tasang Gatas

INSTRUCTIONS:

a) Painitin muna ang oven sa 325~ F. "Crunchy at nutty, ang mga crackers na ito ay gumagawa ng masustansyang meryenda. Itaas ang iyong mga paa pagkatapos ng isang masipag na trabaho at mag-enjoy ng ilang kasama ng isang baso ng sariwang limonada.

b) Maghurno 325~ F 20 hanggang 25 minuto

c) Pagsamahin ang harina, oats, asin, at asukal sa isang malaking mangkok o sa food processor. Gupitin ang mantikilya hanggang ang timpla ay maging katulad ng magaspang na pagkain. Haluin nang sapat ang gatas upang makabuo ng isang masa na magkakadikit sa isang magkakaugnay na bola.

d) Hatiin ang kuwarta sa 2 pantay na bahagi para sa rolling. Sa ibabaw ng floured o pastry na tela, gumulong bilang manipis hangga't maaari, sa halos 1/16 pulgada ang kapal. Gamit ang isang spatula, rolling pin, o iyong mga kamay, dahan-dahang ilipat ang pinagsamang kuwarta sa isang malaking baking sheet.

e) Gamit ang isang matalim na kutsilyo, markahan ang kuwarta sa 2-pulgada na mga parisukat nang hindi pinuputol ang lahat ng paraan sa kuwarta. Tusukin ang bawat parisukat ng 2 o 3 beses gamit ang tines ng isang tinidor.

f) Maghurno ng 20 hanggang 25 minuto, baligtarin pagkatapos ng 15 minuto, hanggang sa malutong. Palamig sa isang rack. Hatiin sa mga indibidwal na crackers kapag cool.

98. Oatmeal burger buns

Gumagawa: 16 servings

INGREDIENTS ::
- 1 pack Active dry yeast
- ¼ tasa ng maligamgam na tubig
- ¼ tasa Molasses
- 4 na kutsarang margarine na walang gatas
- 2 kutsarita ng Asin
- ¼ tasa ng brown sugar
- 2 tasang oatmeal (hindi luto)
- 1 tasang tubig na kumukulo
- 1 tasang malamig na tubig
- 2 tasang Buong harina ng trigo
- 2½ tasa ng hindi pinaputi na puting harina

INSTRUCTIONS:

a) Sukatin ang ¼ tasa ng maligamgam na tubig at haluin ang lebadura at 1 kutsara ng pulot sa tubig. Hayaang tumayo hanggang mabula.
b) Samantala, sa isang malaking mangkok, pagsamahin ang margarine, natitirang molasses, asin, brown sugar, oatmeal at tubig na kumukulo, haluin hanggang matunaw ang margarine.
c) Magdagdag ng malamig na tubig at lebadura sa pinaghalong nasa itaas. Talunin sa 4 na tasa ng harina, 1 tasa sa isang pagkakataon.
d) Ilagay ang kuwarta sa isang floured board at masahin hanggang makinis, mga 5 minuto, magdagdag ng higit pang harina kung kinakailangan upang maiwasan ang pagdikit.
e) Ibalik ang kuwarta sa isang mangkok na may mantika; takpan at hayaang tumaas sa mainit na lugar hanggang dumoble (mga 1 oras).
f) Punch dough down at hatiin sa 16 equalpieces . Hugis ang bawat piraso sa isang makinis na bola. Ilagay ang mga bola na humigit-kumulang 2 pulgada ang pagitan sa mga greased baking sheet at bahagyang patagin. Takpan at hayaang tumaas sa isang mainit na lugar hanggang sa dumoble (30 o 40 minuto.) Maghurno sa isang preheated 350 degree oven hanggang sa bahagyang browned, mga 20 minuto.

99. Oatmeal cinnamon scone

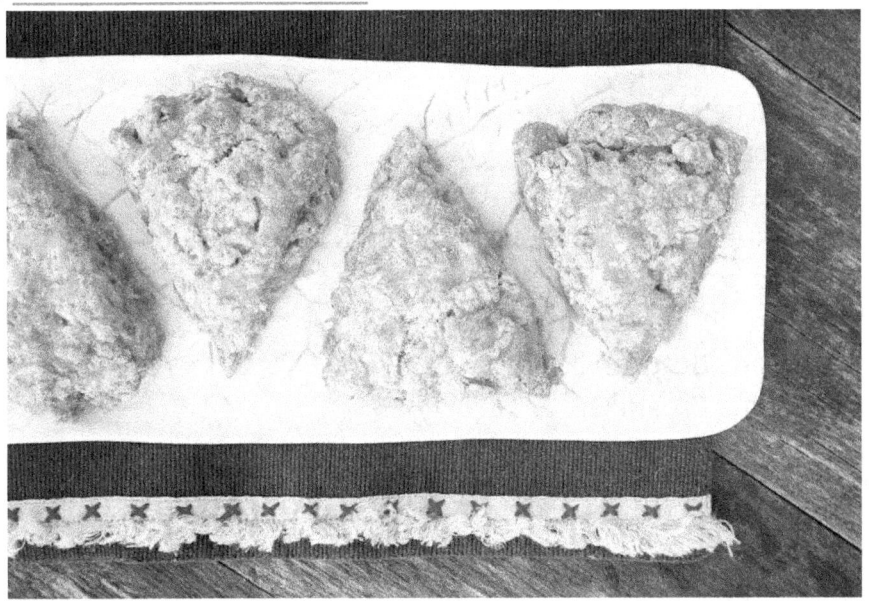

Gumagawa: 6 Servings

INGREDIENTS ::
- ¼ tasa ng oatmeal
- 1 kutsarita ng Asin
- 1¾ tasa ng harina
- 6 na kutsarang Mantikilya, gupitin sa 1/2-inch cubes
- ¼ tasa ng Asukal
- 1 kutsarita ng kanela
- ½ tasang Buttermilk O:
- ½ tasang Cream O:
- ½ tasang Gatas
- ¼ tasa ng brown sugar, nakaimpake
- 1 malaking Itlog, pinalo
- 1½ kutsarita Baking powder (dbl acting)
- 2 kutsarita ng vanilla extract
- 1 kutsarita ng baking soda
- ⅛ kutsarita Grated orange zest

INSTRUCTIONS:
a) Ilagay ang rack sa gitna ng oven at painitin sa 375 degrees.
b) Sa isang malaking mangkok, salain ang harina, asukal, baking powder, baking soda, at asin. Magdagdag ng oatmeal at paghaluin . Ipamahagi ang butter cubes sa pinaghalong harina. Gamit ang iyong mga daliri, mabilis na kuskusin ang butter cutes sa pinaghalong harina, hanggang ang timpla ay maging katulad ng magaspang na pagkain.
c) Sa isang katamtamang mangkok, haluin ang buttermilk, itlog, vanilla, at zest.
d) Idagdag ang pinaghalong likido sa pinaghalong harina. Gamit ang isang malaking rubber spatula, gamit ang kaunting stroke hangga't maaari, haluin nang dahan-dahan hanggang sa mabasa ang kuwarta at magsimulang magkadikit. Hinahawakan ang kuwarta nang kaunti hangga't maaari, haluin hanggang ang lahat ng mga sangkap ay ganap na pinagsama .

e) Gamit ang isang ⅓-c. measuring cup, ihulog ang kuwarta sa isang ungreased baking sheet, na nag-iiwan ng hindi bababa sa 1-pulgada sa pagitan ng mga scone. Maghurno ng 16 hanggang 18 minuto, hanggang sa maging golden brown ang mga scone. Palamigin ang mga scone sa baking sheet na nakatakda sa wire rack sa loob ng 5 minuto. Gamit ang isang mental spatula, ilipat ang mga scone sa wire rack at ganap na palamig.

f) Ihain nang mainit-init o mag-imbak ng ganap na pinalamig na mga scone sa isang lalagyan ng airtight sa temperatura ng kuwarto.

100. Malutong na oatmeal nut

Gumagawa: 7 dosena

INGREDIENTS ::
- 1 tasa Shortening
- 1 tasang Asukal
- 1 tasa ng Asukal, kayumanggi; mahigpit na nakaimpake
- 2 itlog; bahagyang pinalo
- 1 kutsarita ng lemon extract
- 1½ tasang Flour, all-purpose
- 1 kutsarita ng Sabon
- ½ kutsarita ng Asin
- 2 kutsarita ng kanela, giniling
- 3 tasa ng oats, mabilis na pagluluto; hindi luto
- ½ tasa Pecans; tinadtad

INSTRUCTIONS:
a) Cream shortening; unti-unting magdagdag ng asukal, paghaluin hanggang sa maging magaan at malambot. Magdagdag ng mga itlog, isa-isa, matalo nang mabuti pagkatapos ng bawat karagdagan.
b) Magdagdag ng lemon extract, matalo ng mabuti.
c) Pagsamahin ang harina, soda, asin, at kanela; idagdag sa creamed mixture, matalo ng mabuti. Haluin ang mga oats at pecans.
d) Hugis ang kuwarta sa 2 mahabang rolyo, 2 pulgada ang lapad; balutin ang bawat isa sa waxed paper, at palamigin ng 2 hanggang 3 oras o hanggang matibay.
e) I-unwrap ang mga roll, at gupitin sa ¼" na hiwa; ilagay nang 2 hanggang 3 pulgada ang pagitan sa mga cookie sheet na bahagyang pinahiran ng langis. Maghurno sa 350 degrees sa loob ng 10 hanggang 12 minuto.

KONGKLUSYON

Umaasa kaming nasiyahan ka sa pagtuklas sa maraming paraan ng paggamit ng oatmeal sa iyong pagluluto kasama namin. Mula sa agahan hanggang hapunan, matamis hanggang malasa, binigyan ka namin ng 100 masarap at masustansyang recipe upang subukan.

Ang oatmeal ay hindi lamang masarap ngunit puno rin ng mga sustansya, na ginagawa itong isang mahusay na karagdagan sa anumang pagkain. Hinihikayat ka naming mag-eksperimento sa iba't ibang kumbinasyon ng lasa at mga diskarte upang gawing sa iyo ang mga recipe na ito.

Salamat sa pagsama sa amin sa paglalakbay na ito. Umaasa kaming na-inspire ka ng **ANG ALMUSAL OATMEAL MGA MANGKOK AKLAT NG RESIPE** na maging malikhain sa kusina at magdagdag ng higit pang whole grains sa iyong diyeta. Enjoy!

www.ingramcontent.com/pod-product-compliance
Lightning Source LLC
Chambersburg PA
CBHW071333110526
44591CB00010B/1125